AF659836

ഗ്രീൻ ബുക്സ്

അറബി മലയാളി

റഷീദ് പാറയ്ക്കൽ

സിനിമാസംവിധായകൻ, ഗാനരചയിതാവ്,
തിരക്കഥാകൃത്ത്, നോവലിസ്റ്റ്,
ഷോർട്ട് ഫിലിം ഡയറക്ടർ.
തൃശ്ശൂർ ജില്ലയിലെ വടക്കാഞ്ചേരിയിൽ ജനനം.
പിതാവ് : അബ്ദുൾ റഹിമാൻ. മാതാവ്: ആമിന.
നോവലുകൾക്കും ഷോർട്ട്ഫിലിമുകൾക്കും
ആദ്യസിനിമയായ 'സമീറിനും'
നിരവധി പുരസ്കാരങ്ങൾ ലഭിച്ചിട്ടുണ്ട്.
Email : rasheed.parakal@gmail.com

ഗ്രീൻ ബുക്സ് പ്രസിദ്ധീകരിച്ച ഗ്രന്ഥകാരന്റെ ഇതരകൃതികൾ

(നോവൽ)

ഒരു തക്കാളിക്കൃഷിക്കാരന്റെ സ്വപ്നങ്ങൾ

കുടജാദ്രിയിലെ നിലാവ്

മുറ്റത്തെ മൂവ്വാണ്ടൻ

ചന്ദ്രജീവി

(ഹാസ്യം)

ഒരു നുള്ളു പുഞ്ചിരി

നോവൽ

അറബി മലയാളി

റഷീദ് പാറയ്ക്കൽ

ഗ്രീൻബുക്സ്

green books private limited
gb building, civil lane road, ayyanthole,
thrissur- 680 003, kerala, ph: +91 487-2381066, 2381039
website: www.greenbooksindia.com
e-mail: info@greenbooksindia.com

malayalam
arabi malayali
novel
by
rasheed parakkal

published august 2022

cover design : rajesh chalode

printed in india
manipal technologies ltd

branches:
thrissur 0487-2422515
thiruvananthapuram 0471-2335301
calicut 0495 4854662

isbn : 978-93-93596-84-0

₹ 130.00
GBPL/1242/2022

സമർപ്പണം

എന്റെ എല്ലാ പ്രിയപ്പെട്ടവർക്കും...

ഒന്ന്

ബുർജ് ഖലീഫയുടെ വിസ്മയിപ്പിക്കുന്ന രാത്രിക്കാഴ്ച കാറിലിരുന്നുകൊണ്ട് സിത്താര ഒരു നോക്ക് കണ്ടു.

സ്വപ്നതുല്യമായ വീഥിയിലൂടെ വാഹനം ഒഴുകി നീങ്ങുകയാണ്. എഫ് എം റേഡിയോയിലൂടെ ഏതോ ശബ്ദസുന്ദരി കേരളത്തിനെക്കുറിച്ചും മഴയെക്കുറിച്ചും ഇടതടവില്ലാതെ ചിലയ്ക്കുന്നു.

ഡ്രൈവർ മിററിലൂടെ സിത്താരയെ ഇടയ്ക്കിടയ്ക്ക് നോക്കുന്നുണ്ട്.

നാട്ടിലായാലും വിദേശത്തായാലും പുരുഷന്റെ കണ്ണുകൾക്ക് ചുഴിഞ്ഞുനോക്കാൻ ഒരു പ്രത്യേക മിടുക്കുണ്ട്. അവൾ മനസ്സിൽ പറഞ്ഞു.

''ആ കാണുന്നതാണ് ബുർജ് ഖലീഫ.'' ഡ്രൈവർ കൈ ചൂണ്ടി കാണിക്കുന്നു.

അതൊക്കെ താൻ എപ്പോഴേ കണ്ടു എന്ന് പറയണമെന്നുണ്ടായിരുന്നു. പിന്നെ വേണ്ടെന്നു വച്ച് ഒന്നു മൂളി.

വാഹനം കുറച്ചുകൂടി അതിന്റെ അടുത്തെത്തി. ഒരു ലോകാത്ഭുതത്തിന്റെ അരികിലൂടെയാണ് താൻ കടന്നു പോകുന്നത്. അവൾ ആ മഹാവിസ്മയം കണ്ണെടുക്കാതെ നോക്കിയിരുന്നു.

''നാട്ടിൽ മഴയുണ്ടോ?'' അയാൾ ചോദിക്കുന്നു.

''ഉം'' അവൾ വീണ്ടും മൂളി.

''പരിഭ്രമം ഇതുവരെ മാറിയിട്ടില്ല അല്ലേ?''

അയാളുടെ വാക്കുകളിൽ വാത്സല്യം നിറഞ്ഞു തൂകുന്നത് അവൾക്ക് ഊഹിക്കാൻ കഴിഞ്ഞു. താൻ ജോലി ചെയ്യാൻ പോകുന്ന വീട്ടിലെ ഡ്രൈവറാണ്. അതുകൊണ്ടു തന്നെ അയാളെ തീരെ മൈൻഡ് ചെയ്യാതിരുന്നാലും മോശമാണ്.

വലിയ വലിയ തുണിക്കടകളിലെ ചില്ലുകൂട്ടിലുള്ള പട്ടുസാരിയുടുത്ത സുന്ദരിപ്രതിമകൾ കണക്കെ അണിഞ്ഞൊരുങ്ങി നിൽക്കുന്ന അംബരചുംബികൾ. ഒഴുകിനീങ്ങുന്ന വാഹനങ്ങൾ. സിത്താര കൺനിറയെ എല്ലാം കണ്ടു.

തനിച്ചുള്ള ആദ്യ ദൂരയാത്രയാണ്. എയർപോർട്ടിൽ വന്നിറങ്ങിയ ഉടൻ ഇവിടെ എത്തിയെന്ന വിവരം അമ്മയോട് വിളിച്ചു പറയാൻ 'പ്രണയാസന്നനായി' കൂടെ യാത്ര ചെയ്തിരുന്ന ഒരാളെ കിട്ടിയിരുന്നു. പക്ഷേ ഫോണിൽ കൂടുതൽ സംസാരിക്കാൻ കഴിഞ്ഞില്ല. ഇനി അനിയനോട് സംസാരിക്കണം എന്നുണ്ട്. അതിന് ഈ വാത്സല്യ നിധിയെ തന്നെ ഉപയോഗിക്കാം. സിത്താര തീരുമാനിച്ചു

''എനിക്ക് നാട്ടിലേക്കൊന്നു വിളിക്കാൻ...?'' അവൾ പതിയെ ചോദിച്ചു.

''അള്ളാ, ഞാൻ കരുതി വിളിച്ചിട്ടുണ്ടാവും എന്ന്. വിളിച്ചോ എത്ര നേരം വേണേലും വിളിച്ചോ.''

കൈയിലുള്ള മൊബൈൽ തിരക്കിട്ടു നീട്ടി അയാൾ പറഞ്ഞു. അവൾ അയാളുടെ വിലകൂടിയ മൊബൈൽ വാങ്ങി അതിൽ സഹോദരന്റെ നമ്പർ അടിച്ചു.

അങ്ങകലെ കേരളത്തിൽ വില കുറഞ്ഞൊരു ഫോൺ നേരിയ ശബ്ദത്തിൽ പുല്ലാംകുഴൽ വായിച്ചു.

''ആ സൂരജേ ഞാനാ, കൊഴപ്പോന്നൂല്യ. അറബീടെ വീട്ടിലേക്കു പോവാ. ആ, ഒരു കാറിലാ.''

''ഇങ്ങടെ പേരെന്താ?'' അവൾ ഡ്രൈവറോട് ചോദിച്ചു.

''സിദ്ധിഖ്.'' ഡ്രൈവർ ഉത്സാഹത്തോടെ പറഞ്ഞു.

''ആ സിദ്ധിഖ് എന്ന ഒരു അങ്കിളാണ് കൊണ്ടുപോണത്. ആ...''

സിദ്ധിഖിന്റെ മുഖത്തെ തേൻനിലാവ് മാഞ്ഞുപോയത് സിത്താര ശ്രദ്ധിച്ചു.

''എനിക്ക് അത്രമാത്രം വയസ്സൊന്നും ആയിട്ടില്ല അങ്കിൾ എന്നൊക്കെ വിളിക്കാൻ. ഇവിടത്തെ വെള്ളം കാരണം മുടി കൊറച്ചു കൊഴിഞ്ഞു എന്നേ ഉള്ളൂ.''

സിത്താര ഫോൺ കട്ടുചെയ്തുവെന്നു മനസ്സിലാക്കിയ ഉടനെ അയാൾ നേരിയ പരിഭവത്തിന്റെ നിരാശയോടെ പറഞ്ഞു.

''സോറി.''

''സോറി ഒന്നും പറയണ്ട.''

''ചേട്ടാ എന്ന് വിളിച്ചാൽ മതിയോ.''

''ചേട്ടാ എന്ന് വിളിക്കാം അല്ലെങ്കിൽ... സിദ്ധിക്കാ എന്ന് വിളിച്ചാലും മതി. ഇന്റെ കെട്ട്യോള് റൈഹാന ഇന്നെ അങ്ങനെയാണ് വിളിക്ക്യാ.''

സിദ്ധിഖ് അതുവരെ ഇല്ലാത്ത ഒരു പ്രത്യേക ഭാവത്തിൽ പറഞ്ഞു.

സിത്താരയ്ക്ക് വ്യത്തിയായി കാര്യങ്ങൾ മനസ്സിലായിക്കഴിഞ്ഞിരുന്നു. അവൾ മിണ്ടാതെ പുറത്തേക്കു നോക്കി ഇരുന്നു.

ചിത്രങ്ങളിലും യുട്യൂബ് വീഡിയോകളിലും മാത്രം കണ്ടിരുന്ന കാഴ്ചകൾക്കിടയിലൂടയാണ് താനിപ്പോൾ സഞ്ചരിക്കുന്നത്. മണിക്കൂറുകളുടെ വ്യത്യാസത്തിൽ കാഴ്ചകൾ പൂർണമായും മാറിയിരിക്കുന്നു.

ഉണ്ണിനായരുടെ ചായക്കടയോ പ്രാഞ്ചിയേട്ടന്റെ പലചരക്കുകടയോ ദീപച്ചേച്ചിയുടെ ഫാൻസിക്കടയോ ഇനി ഓർമ്മകളിൽ മാത്രം.

ഖാദിയിലേക്കു പോകുമ്പോൾ നോക്കി വെള്ളമിറക്കുന്ന സന്ദീപും ശരത്തും അബുട്ടിയുമൊക്കെ ഇനി കുറച്ചു കാലം വിഷമിച്ചു നടക്കും. ആ വിഷമങ്ങൾ ഏറ്റുവാങ്ങാൻ ഇതാ സിദ്ധിഖിനെപ്പോലെ ചിലർ ഇവിടെ തയ്യാറായി ഇരിക്കുന്നു.

''ഇവിടന്നു പതിനഞ്ചു കിലോമീറ്ററും കൂടി കഴിഞ്ഞാൽ നമ്മൾ അർബാബിന്റെ വീട്ടിൽ എത്തും. അടുക്കളപ്പണിയൊക്കെ അറിയും എന്നല്ലേ പറഞ്ഞത്. അറബിഫുഡൊക്കെ?''

''അതൊക്കെ ഉണ്ടാക്കാൻ യുട്യൂബുണ്ടല്ലോ.'' സിത്താര യാതൊരു കൂസലുമില്ലാതെ മറുപടി കൊടുത്തു.

''അതും ശരിയാ. അന്റെ പ്രായത്തിലുള്ള പെങ്കുട്ട്യോളൊക്കെ മൊബൈൽ നോക്കിയിട്ടാണല്ലോ പണി.''

സിത്താര മൗനം പാലിച്ചു.

''അപ്പൊ കല്യാണം എന്താ പൊളിഞ്ഞോ?'' പെട്ടെന്നായിരുന്നു സിദ്ധിഖിന്റെ ചോദ്യം.

''കല്യാണോ? ആരുടെ?'' സിത്താരയ്ക്ക് മനസ്സിലായില്ല.

''അപ്പൊ കല്യാണം കഴിയാത്ത കുട്ടിയാണോ?'' അയാളുടെ മുഖത്തു വീണ്ടും തേൻനിലാവ് ഉദിച്ചിരിക്കുന്നു.

‘‘സാധാരണ ഈ പണിക്കൊക്കെ ഇവിടെ വരാറ് എടവാടു തീർത്ത് ഒരു കുട്ടിയൊക്കെ ആയി വേറെ വഴിയൊന്നും ഇല്ലാത്ത വർ ഒക്കെ ആണ്. അന്നെപ്പോലെ ഉള്ളവരൊക്കെ വല്ല നഴ്സോ കംപ്യൂട്ടറിന്റെ പണി അറിയുന്നോരോ ഒക്കെ ആവാറാണ് പതിവ്. ഗദ്ദാമയായിട്ട്.’’

ഓരോരുത്തരുടെ സാഹചര്യങ്ങളല്ലേ അതൊക്കെ. തൽക്കാലം ഇങ്ങനെ ഒരു വേഷം പിന്നെ സാഹചര്യമനുസരിച്ചു മാറാമെന്നേ.’’

സിത്താരയുടെ സംസാരത്തിലെ ആത്മവിശ്വാസം. സിദ്ധിഖിന് അവളോട് കൂടുതൽ അടുപ്പം തോന്നിപ്പിച്ചു. ഇത്രയും സുന്ദരിയായ ഒരു കന്യകയെ താൻ ജോലി ചെയ്യുന്ന അതേ വീട്ടിൽ അടുക്കള പ്പണിക്കായി എത്തിച്ച പ്രപഞ്ച സ്രഷ്ടാവിനോട് സിദ്ധിക്ക് ആത്മാർ ത്ഥമായി നന്ദി പറഞ്ഞു

രണ്ട്

"എന്താ അന്റെ പേര്?''

വിശാലമായ അടുക്കളയിലെ അധികാരിയാണ് താൻ എന്ന ഭാവത്തിൽ അബുക്ക ചോദിച്ചു.

''സിത്താര.'' അവൾ പരമാവധി ഒതുക്കത്തോടെ മറുപടി പറഞ്ഞു.

''ഇയ്യ് ആ പാത്രം ഇങ്ങട്ടു ഇടുക്കീ.''

അയാളുടെ ആദ്യത്തെ ആജ്ഞ ശിരസ്സാവഹിച്ചു കൊണ്ട് സിത്താര അയാൾ ചൂണ്ടിക്കാണിച്ച പാത്രം എടുത്തു. വളരെ സൂക്ഷ്മതയോടെ എടുത്തതിനാലാവാം അത് താഴെ വീണു.

''അൽഹംദുലില്ല. നല്ല തുടക്കം. യ്ക്ക് അന്നെ കണ്ടപ്പോഴേ തോന്നി.''

അബുക്ക പരമ പുച്ഛത്തോടെ പ്രതികരിച്ചു.

സിത്താരയുടെ കണ്ണുകൾ അവളറിയാതെ നിറഞ്ഞു.

''ഇനി പൂങ്കണ്ണീരൊന്നും വീഴ്ത്തണ്ട അവിടെ ഇരിക്ക്.'' അബുക്ക ആജ്ഞാപിച്ചു.

ഇത്രയും സൗകര്യമുള്ള ഒരു അടുക്കള സിത്താര ആദ്യമായി കാണുകയാണ്. ഒരു മാജിക്കുകാരന്റെ കരവിരുതോടെ അബുക്ക വിഭവങ്ങൾ തയ്യാറാക്കുന്നത് നോക്കി അവൾ ഇരുന്നു.

പ്രായം കുറച്ചധികം ഉള്ളതിനാലാവാം കണ്ണുകളിൽ സിദ്ധിഖിന്റെ പോലെയുള്ള വൃത്തികെട്ട ഭാവമൊന്നും ഇല്ല.

ഒരു മകളോടുള്ള വാത്സല്യമാണ് ഇനി അവിടെ താൻ നിറയ്ക്കേണ്ടത്. അതിനായി ശ്രമം തുടങ്ങുകയാണ് ബുദ്ധി. സിത്താര മനസ്സിൽ കണക്കു കൂട്ടി.

''മദ്റസല് എത്ര വരെ പഠിച്ചിട്ടുണ്ട്?'' ഓർക്കാപ്പുറത്തായിരുന്നു അബുക്കയുടെ ചോദ്യം.

എന്താണ് ചോദിച്ചതിന്റെ അർത്ഥം എന്ന് സിത്താരയ്ക്ക് പിടി കിട്ടിയില്ല.

''യാസീൻ കാണാപാഠം ഓതാൻ അറിയോ?'' അയാൾ പിന്നെയും എന്തോ ചോദിക്കുന്നു. സിത്താര മിഴിച്ചു നോക്കി.

''യാസീൻ എന്ന് കേട്ടിട്ടുണ്ടോ?'' സ്ഫടികത്തിലെ ചാക്കോ മാഷിന്റെ ഭാവത്തിൽ അയാൾ വീണ്ടും ചോദിച്ചു.

''ഇല്ല.'' സിത്താര വിറയലോടെ പറഞ്ഞു.

''സുബ്ഹാനള്ളാ. ഇയ്യ് എന്താ ജാതി?'' അബുക്ക ആകാംക്ഷ യോടെ ചോദിച്ചു.

''ഹിന്ദു.'' സിത്താര മടിച്ചു മടിച്ചു പറഞ്ഞു.

''ആ അങ്ങനെ വരട്ടെ. പിന്നെങ്ങനെ അനക്ക് യാസീൻ ഓതാൻ അറിയണത്. ഞാനൊരു മണ്ടൻ.''

അബുക്ക പുഞ്ചിരിച്ചു.

''ഞാൻ പഠിച്ചോളാം.'' സിത്താര പതിയെ പറഞ്ഞു.

''ഏയ് ഒരു നിർബന്ധോം ഇല്ല്യ. ഇയ്യ് ഞമ്മന്റെ കൗമാ എന്നല്ലേ ഞമ്മള് കരുതിയത്. അതോണ്ടാ.'' അബുക്ക സമാധാനിപ്പിച്ചു.

''ഹിന്ദു ആയതോണ്ട് വല്ല...'' സിത്താരയ്ക്ക് ചെറിയൊരു ഭയം വന്നു.

''ഒരു കൊഴപ്പോം ഇല്ല്യ കുട്ട്യേ. ഇവിടെ ഇങ്ങടെ ആൾക്കാർക്ക് പ്രാർത്ഥിക്കാൻ അമ്പലം വരെ ഉണ്ട്.''

അത് കേട്ടതോടെ സിത്താരയ്ക്ക് സമാധാനമായി.

''എന്തായാലും ഇയ്യ് ഇന്ന് ഒന്നും ചെയ്യണ്ട. പോയി റസ്റ്റ് എടുക്കൂ. നാളെ തൊട്ടു നമുക്ക് നോക്കാം.''

അബുക്കയുടെ വാക്കുകളിൽ വാത്സല്യം ഉണ്ട്. ഇനി ഇതാണ് തന്റെ ലോകം. ഈ മനുഷ്യന്റെ കീഴിലാണ് ഇനിയുള്ള ഇവിടത്തെ ജീവിതം. അവൾ അബുക്കയുടെ കാലിൽ കുമ്പിട്ടു. ഭയന്ന അബുക്ക പെട്ടെന്ന് പുറകോട്ട് മാറി. പുറകിലുള്ള ഒരു പാത്രം കൂടി താഴെ വീണു. അകത്തു നിന്നും അറബിയുടെ ഭാര്യയുടെ ശബ്ദം അടു ക്കളയിലെത്തി.

''ശു ഹാദാ.''

''ഇന്റെ പൊന്നാരമോളേ, അന്റെ സൂര്യനിസ്കാരോന്നും ഇവിടെ വേണ്ട. ഇയ്യ് ഒന്ന് പോവാൻ നോക്ക്.'' അബുക്ക വിറയലോടെ പറ ഞ്ഞൊപ്പിച്ചു.

നേരിയ ചമ്മലോടെ സിത്താര പതിയെ അവിടെ നിന്നും റൂമിലേക്ക് വലിഞ്ഞു. റൂമിൽ കയറി അവൾ കട്ടിലിൽ ചുമ്മാ ഇരുന്നു.

അങ്ങനെ ആദ്യത്തെ ഇന്റർവ്യൂ ഒരുവിധം പാസ്സായി.

ഇനി ഇവിടെ മറ്റാരൊക്കെ ഉണ്ട് എന്ന് അറിയണം എല്ലാവരെയും സോപ്പിട്ടു കൈയിലെടുക്കണം. ഏതോ തള്ളയുടെ ശബ്ദമാണ് കുറച്ചു മുന്നേ അകത്തു നിന്നും കേട്ടത്. അതുപോലെ എത്ര എണ്ണം ഉണ്ട് ആവോ?

അവൾ ചുറ്റും കണ്ണോടിച്ചു. ചെറുതെങ്കിലും മനോഹരമായ ഒരു റൂം. ഇനി മുതൽ തന്റെ സാമ്രാജ്യം ഇതാണ്.

ഈ വീട്ടിൽ പറയത്തക്ക പ്രശ്നങ്ങളൊന്നും ഇല്ല എന്ന് മനസ്സ് പറയുന്നു. നല്ല ശാന്തത ഉണ്ട്. അവൾ അലമാരയിലെ കണ്ണാടിയിൽ നോക്കി തൃപ്തി അടഞ്ഞു.

ഇവിടെ വന്നാൽ പ്രത്യേകം നോക്കേണ്ടത് മുടിയാണെന്നു റംലത്ത പറഞ്ഞത് അവൾ ഓർത്തു. ഇവിടത്തെ വെള്ളം മുടിക്ക് കുഴപ്പം വരുത്തുമത്രെ. മുടിയുടെ ഉള്ളു കുറച്ചു പോയാലും തന്റെ സൗന്ദര്യത്തിനു വലിയ മാറ്റമൊന്നും വരില്ല. അവൾ കണ്ണാടിയിൽ നോക്കി പുഞ്ചിരിച്ചു.

നാളെ എത്രമണിക്കു എഴുന്നേൽക്കണം. ആവോ, അബുക്കയോട് ചോദിക്കാൻ മറന്നു. ആ, അതൊക്കെ പതിയെ മനസ്സിലാവും. എന്ത് പ്രശ്നം ഉണ്ടായാലും തുടക്കത്തിന്റെ പരിഗണന വച്ച് ക്ഷമിച്ചോളും. എല്ലാവരും ഇങ്ങനെയൊക്കെ തന്നെയാണ് ആരംഭിക്കുന്നത്.

ഖാദിയിൽ ചർക്ക തിരിക്കാൻ പോയ നാളുകളിൽ എന്തായിരുന്നു അവസ്ഥ? സുകുമാരൻ ചേട്ടന്റെ വായിലുള്ളത് എത്ര തവണ കേട്ടതാണ്. പിന്നെ താൻ ഒരു വല്ലാത്ത നോട്ടം നോക്കിയാൽ മാത്രമാണ് അയാൾ ശാന്തനാവുന്നത്. അതാണ് സുന്ദരിയായാലുള്ള ഗുണം.

കിടക്കയിൽ മലർന്നു കിടന്നുകൊണ്ട് അവൾ ഒരു മൂളിപ്പാട്ട് പാടാൻ തുടങ്ങി.

''പുലർകാല സുന്ദരസ്വപ്നത്തിൽ
ഞാനൊരു പൂമ്പാറ്റയായിന്നു മാറി.''

വരാന്തയിലൂടെ വരുന്ന സൈദ് എന്ന അറബിയുവാവ് ആ ഗാനം കേട്ട് അവളുടെ വാതിലിനരികിൽ വന്നു നിന്നു. അറബിയെ കണ്ട സിത്താര ഞെട്ടി പിടഞ്ഞു കിടക്കയിൽ നിന്നും എഴുന്നേറ്റു.

''യാ റബ്ബ്, ഇതാണോ പുതിയ ഗദ്ദാമ?'' അയാൾക്ക് തന്റെ കണ്ണുകളെ വിശ്വസിക്കാൻ കഴിഞ്ഞില്ല.

കേരളത്തെക്കുറിച്ചു കേട്ടറിഞ്ഞപ്പോൾ മുതൽ മനസ്സിൽ കണക്കാക്കിയിരുന്ന പെൺരൂപം ഇതാ തൊട്ടു മുന്നിൽ.

സൈദ് അവളെ ഒന്നു കൂടി നോക്കി കടന്നു പോയി.

എന്തു ചെയ്യണമെന്നറിയാതെ ഒരു നിമിഷം നിന്ന സിത്താര ഉടൻ ചെന്ന് വാതിൽ അടച്ചു. പിന്നെ നെഞ്ചിടിപ്പ് തീരാൻ എന്നോണം വാതിലിൽ ചാരി നിന്നു.

അറബി വേഷം കെട്ടിയ ടൊവീനോയെപ്പോലെയുണ്ട്. ഇയാളാണോ ഇവിടത്തെ അറബി? ഈശ്വരാ, ഇയാളാണെങ്കിൽ ഈ കഥ എങ്ങോട്ടാണ് പോവുക? ഇയാളെ ദിവസവും കാണേണ്ടി വരിക എന്ന് വച്ചാൽ അത് വല്ലാത്തൊരു പുകിലാവും. ഒരു സംശയവും ഇല്ല. സിത്താരയ്ക്കു നേരിയ ഭയം തോന്നി.

എന്റെ സിത്താരേ, ഈ അറബികൾ നാട്ടിലെ വാസുട്ടനെപ്പോലെയും റഫീഖിനെപ്പോലെയും പെണ്ണുങ്ങളെ കാണാതെ കിടക്കുന്നവരല്ല തന്നേക്കാൾ ആയിരം മടങ്ങു ചന്തമുള്ള അറബിപ്പെണ്ണുങ്ങൾ ഇവിടെ ഉണ്ട്. ആയിരം മടങ്ങ് എന്നത് നൂറു മടങ്ങ് എന്ന് തിരുത്താൻ അപ്പോൾ തന്നെ സിത്താര തീരുമാനിച്ചു.

ഈ സൗന്ദര്യം എന്നത് കേവലം തൊലിവെളുപ്പോ സൗന്ദര്യവർദ്ധകവസ്തുക്കളുടെ ഉപയോഗം കൊണ്ട് ഉണ്ടാവുന്നതോ അല്ല. അത് ദൈവികമാണ്. ജന്മസിദ്ധമാണ്. അത് തനിക്കുണ്ട്. വേണ്ടുവോളം. അതുകൊണ്ടാണല്ലോ റംലത്ത ഗദ്ദാമയുടെ ജോലിക്കു വേണ്ടി നാട്ടിൽ നിന്നും പോരുമ്പോൾ ഇല്ലാത്ത പ്രശ്നം അവിടെ ഉണ്ടാക്കിയത്.

എന്തൊക്കെയായാലും കേരളത്തിലെ ആണുങ്ങളുടെ മാനസികാവസ്ഥ അല്ല ഇവിടത്തെ പുരുഷന്മാർക്ക് എന്ന് റംലത്ത തന്നെ പറഞ്ഞു കേട്ടിട്ടുണ്ട്.

ഏതു രാത്രിയിലും എവിടെ വേണമെങ്കിലും ഇറങ്ങി നടക്കാനുള്ള സ്വാതന്ത്ര്യം ഇവിടെ ഉണ്ട്. സദാചാരപൊലീസുകാരും സിസിടിവി മാമന്മാരും ഇല്ലാത്ത നാട്. അതേ, ഏതൊരു പെണ്ണും മോഹിക്കുന്നതു ഇതൊക്കെ തന്നെയാണ്. ഒരല്പം സ്വാതന്ത്ര്യത്തോടെ നടക്കാൻ കഴിയുക.

സിത്താര വാതിൽ ലോക്ക് ചെയ്തുവെന്ന് ഉറപ്പാക്കി ആഹ്ലാദത്തോടെ കിടക്കയിൽ ചെന്ന് കിടന്നു.

മൂന്ന്

"ഇതിന്റെ പേരാണ് കാവ. അകത്ത് അർബാബ് ഉണ്ട്. വളരെ അടങ്ങി ഒതുങ്ങി ബഹുമാനത്തോടെ അർബാബിനു ഇത് കൊണ്ടു കൊടുക്കണം."

അബുക്ക നീട്ടിയ കറുത്ത ദ്രാവകം അടങ്ങിയ ഗ്ലാസ് വാങ്ങി സിത്താര തലയാട്ടി.

"അർബാബിന്റെ പേര് എന്താണ്?"

"അഹ്മദ് അലിയുദ്ദീൻ."

"വേറെ ആരൊക്കെ ഉണ്ട് ഇവിടെ?"

"ഖൽഫാന്റെ ഭാര്യ നാദിറ. പിന്നെ മകൻ."

"മകന് എത്ര പ്രായം കാണും?"

"നീ ഇതൊന്നു കൊണ്ടുകൊടുത്തിട്ടു വാ, എന്നിട്ടു പറയാം." അബുക്ക ആജ്ഞാപിച്ചു

സിത്താര കാവയുമായി അകത്തേക്ക് നടന്നു.

അകത്തു അറബിയുടെ ഭാര്യ നാദിറ ഞൊണ്ടി ഞൊണ്ടി നടക്കുന്നതാണ് അവൾ കാണുന്ന ആദ്യകാഴ്ച. തള്ളയുടെ കാല് ശ്രദ്ധിച്ചു കൊണ്ടുതന്നെ അവൾ അർബാബിനു കാവ കൊടുത്തു.

സോഫയിൽ ഇരുന്ന് ഏതോ പുസ്തകം വായിക്കുന്ന അഹ്മദ് അവളെ അടിമുടിയൊന്നു നോക്കി.

സിത്താര അയാളെ തീരെ ശ്രദ്ധിച്ചില്ലായിരുന്നു. കാരണം അവളുടെ നോട്ടം തള്ളയുടെ കാലിലേക്കായിരുന്നു. എന്തോ തീരുമാനിച്ചുറച്ച പോലെ അവൾ പെട്ടെന്ന് അവളുടെ റൂമിലേക്ക് നടന്നു. റൂമിലെത്തിയപാടെ ബാഗിൽ കയ്യിട്ടു തൈലക്കുപ്പി എടുത്തു.

ചെറുതുരുത്തി പ്രദീപ്സ്വാമിയുടെ പ്രശസ്തമായ തൈലമാണ്.

ഒടിഞ്ഞ കാൽ പോലും നിവരും. പിന്നെയല്ലേ തള്ളയുടെ ഉളുക്കിയ കാൽ. അവൾ തിരക്കിട്ടു തിരിച്ചു അകത്തേക്ക് നടന്നു.

''ഇവിടെ ഇരിക്ക്.''

അറബിത്തള്ളയോട് ഇരിക്കാൻ അവൾ മലയാളത്തിൽ തന്നെ പറഞ്ഞു. അഹ്മദ് കാവ കുടിക്കുന്നതിനിടയിൽ അത് കേട്ട് മിഴികളുയർത്തി.

നാദിറ സിത്താരയുടെ ആജ്ഞ കേട്ടപാടെ സോഫയിൽ അറിയാതെ ഇരുന്നിരുന്നു. അവൾ തള്ളയുടെ കാലിൽ തൈലം പുരട്ടാൻ തുടങ്ങി.

''ചെറുതുരുത്തി പ്രദീപ് സ്വാമി എന്ന് കേട്ടിട്ടുണ്ടോ, വലിയ വൈദ്യനാണ്. ഉഴിച്ചിൽ, പിഴിച്ചിൽ എന്ന് വേണ്ട എല്ലാ പരിപാടികളും മൂപ്പർക്കുണ്ട്. എന്റെ അമ്മയ്ക്ക് ഇതുപോലെ കാലൊന്നു ഉളുക്കിയപ്പോൾ അങ്ങോട്ടാണ് കൊണ്ടു പോയത്. എത്ര പെട്ടെന്നാണെന്നോ മാറിയത്. അതിനു മുൻപേ ഓട്ടുപാറ ആശുപത്രിയിലെ ദിവാകരൻ ഡോക്ടർ കുറെ ചികിത്സിച്ചതാ. അയാൾ വ്യാജ ഡോക്ടറാണെന്നു നാട്ടുകാർ പറഞ്ഞിരുന്നു. അന്നത്തോടെ ഞങ്ങൾക്കും അത് ബോധ്യമായി.''

കാലിൽ തൈലം പുരട്ടുന്ന സിത്താരയുടെ സംസാരം നാദിറ കൗതുകത്തോടെ കേട്ടിരുന്നു. ഇതെന്തു ജന്മം എന്ന ഭാവത്തിൽ അവർ ഭർത്താവിനെ ഇടയ്ക്കു നോക്കുന്നുണ്ട്. അവിടെ തന്നെ ഇരിക്കാൻ കൽപ്പിച്ചു കൊണ്ട് അവൾ അടുക്കളയിലേക്കു തിരക്കിട്ടു നടന്നു.

''ചൂട് വെള്ളം ഉണ്ടോ അബുക്ക?''

''ദാ, ആ പാത്രത്തിൽ ഉണ്ട്. എന്തിനാ?''

അബുക്കയോട് വിശദീകരണത്തിനൊന്നും നിൽക്കാതെ അവൾ കുറച്ചു വെള്ളവും ഒരു തുണിക്കഷ്ണവുമായി തിരിച്ചു പോയി. ചെറുചൂടോടെയുള്ള വെള്ളം തുണിയിൽ മുക്കി തള്ളയുടെ കാലിൽ സിത്താര ഉഴിയാൻ തുടങ്ങി.

എന്തു ചെയ്യണം എന്നറിയാതെ ഇരിക്കുകയാണ് നാദിറ. അത് കണ്ടു അഹ്മദ് ചിരിക്കാൻ തുടങ്ങിയിരുന്നു.

''യാ അബു താൽ.''

നാദിറ ഉറക്കെ അബുക്കയെ വിളിക്കുന്നു. ശബ്ദം കേട്ട് ഏതോ റൂമിൽ നിന്നും സൈദ് അവിടേക്കു വന്നു.

അബുക്ക കാര്യമറിയാൻ ഓടി എത്തി. അയാൾ ആ കാഴ്ച കണ്ടു പകച്ചു പോയി. അഹ്മദ് ചിരി തടുക്കാൻ കഴിയാതെ വിഷമിക്കുകയാണ്. അതു കണ്ട് സൈദിനും ചിരി വരുന്നുണ്ട്. തള്ളയുടെ ഭാവം കൂടുതൽ കഠിനമാകുകയാണ്.

''എന്താ നീ ഈ കാണിക്കുന്നത്, അവർക്ക് കാലിന് ജന്മനാ ഉള്ള മുടന്താണ്.''

അബുക്കയുടെ വാക്കുകൾ സിത്താരയുടെ കർണ്ണപുടങ്ങളിൽ കുത്തിത്തറച്ചു.

അവളുടെ ഭാവം കണ്ട് അഹ്മദ് ഉറക്കെ ഉറക്കെ ചിരിക്കാൻ തുടങ്ങി.

ഒരു ചമ്മലോടെ സിത്താര എഴുന്നേറ്റു. അവൾ നാണക്കേട് സഹിക്കാതെ അടുക്കളയിലേക്ക് ഓടി.

നാല്

“ഇത്തിരി ആത്മാർത്ഥത കൂടുതലാണ്, അല്ലേ?” വാഹനം ഓടിക്കവേ സിദ്ധിഖ് സിത്താരയോട് ചോദിച്ചു.

അവൾ മിണ്ടാതെ തല താഴ്ത്തി ഇരുന്നു. ചെറുതായി നാണം കെട്ടു എന്നുള്ളത് നേരാണ്. പക്ഷേ അതിന്റെ ഇംപാക്ട് വളരെ വലുതായിരുന്നു. തള്ളയുടെയും തന്തയുടെയും അറബിച്ചെക്കന്റെയും മുന്നിൽ ഒരു സിനിമാറ്റിക് എൻട്രി നടത്തിയല്ലോ. എന്തായാലും തന്റെ നിഷ്കളങ്കത അവർക്കു ബോധ്യപ്പെട്ടു കഴിഞ്ഞു. അത് തനിക്കു ഗുണമല്ലാതെ ദോഷമൊന്നും ചെയ്യില്ല.

കാറിൽ ഇരുന്നുകൊണ്ട് അവൾ പുറത്തേക്കു നോക്കി. നഗരത്തിലെ പകൽക്കാഴ്ചകളിലേക്ക് ആദ്യമായി അവളുടെ കണ്ണുകൾ വിടരുകയായിരുന്നു.

ബുർജ് ഖലീഫയുടെ മുകൾഭാഗം കെട്ടിടങ്ങൾക്കു മേലെ കാണാൻ കഴിയുന്നുണ്ട്. അതുവച്ച് അവൾ ദിശ കണക്കാക്കുവാൻ ശ്രമിച്ചു. താൻ ഇറങ്ങിയ ദുബായ് വിമാനത്താവളം അപ്പോൾ അതിനു പുറകിലാണ്.

“നമ്മുടെ സ്ഥലത്തിന്റെ പേര് എന്താണ്?” അവൾ ഒരാമുഖം എന്ന നിലയിൽ സിദ്ധിക്കിനോട് ചോദിച്ചു.

“അൽ ലുസൈലി.” സിദ്ധിഖ് മറുപടി പറഞ്ഞു.

അവൾക്ക് ആ പേര് അത്രയ്ക്ക് ഇഷ്ടമായില്ല എന്ന് സിദ്ധിഖിന് മനസ്സിലായി.

“പേര് ഇഷ്ടമായില്ല, അല്ലേ?”

“ഇല്ല.” സിത്താര മറുപടി പറഞ്ഞു.

അതുകേട്ട് കൂടുതൽ രസത്തോടെ എന്നാൽ വളരെ ഗൗരവത്തോടെ സിദ്ധിഖ് പറയാൻ തുടങ്ങി.

“ഇവിടെ എല്ലാ പേരും അൽ എന്ന് വച്ചാണ് തുടങ്ങുക.”

അതു കേട്ട ഉടൻ സിത്താര സ്വന്തം പേര് ഒന്ന് മനസ്സിൽ പറഞ്ഞു നോക്കി. അൽ സിത്താര. അവൾക്കു വളരെ സന്തോഷം തോന്നി.

“അൽ സിത്താര, അൽ സിദ്ധിഖ്.” അവൾ ഉറക്കെ തന്നെ അങ്ങനെ പറഞ്ഞു നോക്കി.

സിദ്ധിഖിന് അത് കേട്ടപ്പോൾ തന്നെ വല്ലാത്തൊരു നിർവൃതി തോന്നി. തന്റെയും അവളുടെയും പേര് ഒന്നിച്ചു പറഞ്ഞു നോക്കുകയാണ്. അതിന്റെ അർത്ഥം? അയാൾ വാഹനം ഒന്നുകൂടി പതിയെ ഓടിക്കാൻ തുടങ്ങി.

സിത്താരയുടെ മിഴികൾ പുറംകാഴ്ചകളിലേക്ക് വീണ്ടും പോയി. പല നാടുകളിലുള്ള മനുഷ്യർ. മുഖം എന്ന ചെറിയ ഇടം കൊണ്ട് എത്ര എത്ര വൈവിധ്യങ്ങളാണ് ദൈവം ഉണ്ടാക്കി വച്ചിട്ടുള്ളത്.

“ഇത് കേരളമല്ല. ഇവിടെ നാട്ടിലെപ്പോലെ നമുക്ക് ബന്ധുക്കളോ സുഹൃത്തുക്കളോ അധികം ഇല്ല. അറിയാമല്ലോ?” സിദ്ധിഖിന്റെ ശബ്ദം കേട്ട് സിത്താര അയാളെ ശ്രദ്ധിച്ചു.

“എന്തെങ്കിലും മിണ്ടണമെങ്കിൽ അച്ഛനോ അമ്മയോ അനിയനോ ഒന്നും ഇല്ല എന്ന്. എല്ലാത്തിനും ഞാനും അബുക്കയും മാത്രമേ ഉള്ളൂ. മനസ്സിലായല്ലോ.”

ഇയാൾ ഇനി എന്തിനുള്ള പുറപ്പാടാണെന്നു തിരിച്ചറിയാനാവാതെ സിത്താര ഇരുന്നു.

“മനസ്സിലായോ?”

“ഉം.” സിത്താര ഒന്ന് മൂളിക്കൊടുത്തു.

“ഞാൻ പറഞ്ഞു വരുന്നത് എന്താണെന്നു പുടികിട്ടിയില്ല അല്ലേ? ഇങ്ങനെ മനപ്പൂർവം അകലം കാണിച്ചു ഇരുന്നിട്ടൊരു കാര്യവും ഇല്ല എന്ന്. എന്തെങ്കിലും ഒക്കെ വിശേഷങ്ങൾ പറയാം. തമാശകൾ പറയാം. വേദനകൾ പങ്കുവെയ്ക്കാം.”

“ഉം” സിത്താര ഒന്ന് കൂടി മൂളി.

“ഇങ്ങനെ മൂളിയാൽ മാത്രം പോരാ. എന്തെങ്കിലും ഒക്കെ പറയൂ.”

“എന്തെങ്കിലും പറയാൻ ഉണ്ടെങ്കിലല്ലേ പറയേണ്ടൂ.” അവൾ നിഷ്കളങ്കത അഭിനയിച്ചുകൊണ്ട് പറഞ്ഞു.

അത് സിദ്ധിഖിന് കുറച്ചു മോഹഭംഗം ഉണ്ടാക്കിയെന്ന് സിത്താരയ്ക്ക് മനസ്സിലായി.

വാഹനം കുറച്ചു കൂടി സ്പീഡിൽ ഓടാൻ തുടങ്ങി.

''സൂപ്പർമാർക്കറ്റിലേക്ക് ഇനിയും ദൂരമുണ്ടോ?''

അവൾ ആ സാഹചര്യത്തിൽ നിന്നും അല്പം മാറി നടക്കാൻ തീരുമാനിച്ചു.

''നമ്മുടെ അടുത്ത് തന്നെ ഒരെണ്ണം ഉണ്ട്. പക്ഷേ ഈ സാഹ ചര്യത്തിലല്ലേ നിനക്ക് സ്ഥലങ്ങളൊക്കെ കാണാൻ കഴിയൂ. അതു കൊണ്ട് കുറച്ചു ദൂരേക്ക് വന്നതാണ്.''

''അയ്യോ, പെട്ടെന്ന് സാധനങ്ങൾ വാങ്ങി വരാൻ പറഞ്ഞിട്ടല്ലേ അറബിത്തള്ള എന്നെ അയച്ചത്?''

''കല്ലിവല്ലി അതൊക്കെ അങ്ങനെ നടക്കും.'' സിദ്ധിഖ് കണ്ണാടി യിലൂടെ അവളെ നോക്കി ചിരിച്ചു.

സിത്താര ഒന്നും പറയാതെ പുറംകാഴ്ചകളിലേക്ക് വീണ്ടും ശ്രദ്ധിച്ചിരുന്നു.

കാറിൽ ബോധപൂർവം തന്നെ സിദ്ധിഖ് ഒരു പ്രണയഗാനം വച്ചു. അയാൾ അതിനൊപ്പം ചെറുതായി മൂളാനും തുടങ്ങി. കർണകഠോര മായിരുന്നു ആ മൂളൽ പോലും.

''പണ്ട് കുറച്ചു കാലം സംഗീതം പഠിക്കാൻ പോയിരുന്നു പിന്നെ സാധിച്ചില്ല.'' സിദ്ധിഖ് മൂളുന്നതിനിടയിൽ പറഞ്ഞു.

അതുകൂടി കേട്ടതോടെ അയാൾ ഒരു മരപ്പൊട്ടനാണെന്നു സിത്താ രയ്ക്ക് ബോദ്ധ്യമായി. വാഹനം ട്രാഫിക്കിൽ വന്നു നിന്നു. സിദ്ധിഖ് പതിയെ അവളെ കാര്യമായിട്ടൊന്നു തിരിഞ്ഞു നോക്കി. ആ നോട്ടം സഹിക്കാനാവാതെ അവൾ മൊബൈലിൽ എന്തൊക്കെയോ തിര യുന്ന ഭാവത്തിൽ ഇരുന്നു.

''നിന്നെപ്പോലെ ഒരു സുന്ദരിക്കുട്ടിയെ അടുത്ത് കിട്ടിയിട്ട് ഒന്നും മിണ്ടാതെ കാലം കഴിച്ചതെന്തിനാണ് പഹയാ എന്ന് പടച്ചോൻ എന്നോട് ചോദിച്ചാലോ, ഞാൻ എന്ത് ഉത്തരമാണ് പറയുക?''

സിദ്ധിഖിന്റെ ചോദ്യം.

ഇനി സൂക്ഷിച്ചു പ്രതികരിക്കേണ്ട സമയമാണ്. സിത്താര കൂടു തൽ ശ്രദ്ധയോടെ മൗനം പാലിച്ചു.

''മറുപടി കിട്ടിയില്ല.'' സിദ്ധിഖ് വിടാനുള്ള ഭാവമില്ല.

എന്താണ് മറുപടി പറയുക മനസ്സിൽ വന്നത് അതേപടി പറ ഞ്ഞാൽ ഒരുപക്ഷേ അതോടു കൂടി അയാൾ തന്റെ ശത്രു ആവും. പറയാതിരുന്നാൽ അതും ബുദ്ധിമുട്ടാകും.

ട്രാഫിക്കിൽ നിന്നും മുന്നോട്ടു നീങ്ങി അല്പദൂരം ഓടിയതിനു ശേഷം വാഹനം ഒന്ന് ഒതുക്കി നിറുത്തി സിദ്ധിഖ് അവളെ തിരിഞ്ഞു നോക്കി. എന്നിട്ടു തേൻ നിലാവ് പൊഴിയുന്ന ഭാവത്തിൽ പറഞ്ഞു:

‘‘ഇവിടെ മുൻസീറ്റിൽ വന്നിരിക്കൂ സിത്തൂ.’’

‘‘വേണ്ട അങ്കിളേ, ഞാൻ ഇവിടെ ഇരുന്നോളാം.’’ സിത്താര ബോധപൂർവം മറുപടി പറഞ്ഞു.

അയാളുടെ ഭാവത്തിൽ ഉള്ള പ്രണയനിലാവ് നിഷ്കരുണം തുടച്ചുമാറ്റാൻ ആ മറുപടിക്കു സാധിച്ചു. കൂടുതലൊന്നും പറയാതെ സിദ്ധിഖ് വാഹനം സൂപ്പർമാർക്കറ്റിന്റെ പാർക്കിങ്ങിൽ കൊണ്ടു പോയി നിറുത്തി.

‘‘അസ്സലാമു അലൈക്കും സിദ്ധിക്കാ. ഇതാരാ, ഇങ്ങടെ പെങ്ങളാണോ?’’

വാഷിങ് പൗഡറും മറ്റും എടുത്തു കുട്ടയിൽ ഇടുകയായിരുന്ന സിത്താര ശബ്ദം കേട്ട് തിരിഞ്ഞു നോക്കി. ആദ്യം കണ്ടത് ആ ചോദ്യം ചോദിച്ച ആളുടെ കുമ്പവയറാണ്. കുറച്ചു ദൂരെ ആയി കൂളിങ്ഗ്ലാസ് വച്ച അയാളുടെ മുഖം പ്രത്യക്ഷപ്പെട്ടു.

‘‘അലൈകും സലാമ്. തോന്നി അല്ലേ മെഹ്ബൂബേ, ഇന്റെ മുഖച്ഛായ? കണ്ട ഉടൻ എനിക്കും തോന്നിയിരുന്നു.’’ സിദ്ധിഖ് വളരെ സന്തോഷത്തോടെ അയാൾക്ക് മറുപടി കൊടുക്കുന്നു. പിന്നെ പരിചയപ്പെടുത്തുന്നു.

‘‘ഇത് സിത്താര. അറബിവീട്ടിൽ പണിക്കു വന്ന...’’

ഇടയിൽ കയറി മെഹ്ബൂബിന്റെ ചോദ്യം. ’’ഗദ്ദാമ ആയിട്ടോ? പടച്ചോനേ.’’

‘‘ഞാൻ വേറെ പണി വല്ലതും കിട്ടുമോ എന്ന് നോക്കുന്നുണ്ട്. അല്ലാതെ അവിടെ നിറുത്തിയാൽ ശരിയാവൂല. നീ വല്ലതും ഒത്താൽ പറയൂട്ടോ.’’ സിദ്ധിഖ് വലിയ ഉത്തരവാദിത്വഭാവത്തിൽ അയാളോട് പറയുന്നു.

സിത്താര പതിയെ സാധനങ്ങൾ എടുക്കുന്നതിലേക്കു ശ്രദ്ധ തിരിക്കാൻ ശ്രമിച്ചു.

‘‘നമ്മുടെ അശ്രഫിനോട് ഒന്ന് പറയാരുന്നില്ലേ. ഓൻ ശരിയാക്കി ത്തരും.’’

’’വിശ്വസിക്കാൻ കൊള്ളൂല്ലടോ അതാ പ്രശ്നം. ഇവള് വന്നതിൽ

പിന്നെ എന്നോട് ചങ്ങാത്തം കൂടാൻ എത്ര പേരാണ് വരുന്നത് എന്നറിയാമോ. ഈ മലയാളികളുണ്ടല്ലോ സുബ്ഹാനള്ളാ.''

''ഡാൻസ്, പാട്ട് ഒക്കെ അറിയാമല്ലോ അല്ലേ.'' മെഹ്ബൂബ് സിത്താരയുടെ മറുപടി കേൾക്കാൻ വേണ്ടി ചോദിച്ചു.

അവൾ ഒന്നും മിണ്ടിയില്ല.

''എന്തായാലും നമ്മുടെ സംഘടനയിൽ ചേരാൻ പറയൂ.'' സിത്താരയെ ഒന്നുകൂടി നോക്കി അയാൾ സിദ്ധിഖിനോട് പറഞ്ഞു.

സിദ്ധിക്കും അതിനു മറുപടി ഒന്നും പറയാതെ രണ്ടുമൂന്നു സോപ്പ് എടുത്തു കുട്ടയിൽ നിക്ഷേപിച്ചു.

''ഞങ്ങടെ സംഘടന രണ്ടായി പിരിഞ്ഞിട്ടുണ്ട്. മറ്റേ ടീമിലൊന്നും ചെന്ന് ചേരരുത് കേട്ടോ സുന്ദരിക്കുട്ടീ.''

അതിനു മറുപടി എന്നോണം അവൾ മെഹ്ബൂബിനെ കൃത്യമായി ഒന്ന് നോക്കി.

''സിദ്ധിക്കാ, എന്നാ പിന്നെ കാണാം. ഓക്കെ.'' ആ നോട്ടത്തിന്റെ അർത്ഥം മനസ്സിലായ അയാൾ അവിടെനിന്നും പെട്ടെന്ന് വലിഞ്ഞു.

''ഒക്കെ ചോരകുടിയന്മാരാണ്. തൽക്കാലം അന്നെ ഞാൻ ഒരു സംഘടനയിലും ചേർക്കാൻ ഉദ്ദേശിക്കുന്നില്ല.''

''ഇതുവരെ എന്നെ കണ്ടാൽ മിണ്ടാതെ നടന്നിരുന്നവനാ എന്താ അവന്റെ ഒരു... മോള് ഒന്നും മിണ്ടാഞ്ഞതു നന്നായി.''

സിദ്ധിഖ് മുറുമുറുപ്പ് തുടർന്നു.

പെട്ടെന്ന് തന്നെ സാധനങ്ങൾ എടുത്തു സിത്താര തിരിച്ചു പോകാൻ തയ്യാറായി.

കാറിന്റെ അടുത്തേക്ക് നടക്കവേ സ്വസ്ഥത ഇല്ലാതെ സിദ്ധിഖ് വീണ്ടും അടുത്തുകൂടി.

''നാട്ടിലേക്കു വിളിക്കണമെങ്കിൽ പറയണം കേട്ടോ. അത് മാത്രമല്ല എന്ത് ബുദ്ധിമുട്ടു തോന്നിയാലും പറയണം. എന്താ എന്നറിയില്ല അന്നെ കണ്ടപ്പോ മുതൽ എനിക്കെന്തോ വല്ലാത്ത ഒരു ഉത്തരവാദിത്വം തോന്നുന്നു.''

സിദ്ധിഖിന്റെ കുറുകൽ കൂടുകയാണ്. അയാളെ അങ്ങനെ വിട്ടാൽ പറ്റില്ല എന്ന് സിത്താര തീരുമാനിച്ചു തുടങ്ങിയിരുന്നു

''ഇങ്ങള് വീട്ടിലേക്കു വിളിക്കാറില്ല?'' അവൾ ചോദിച്ചു

''ആ, എന്തേ?''

‘‘ഇത്തയോട് എന്റെ അന്വേഷണം പറയണം കേട്ടോ.’’ അവൾ പറഞ്ഞു.

ഒന്ന് പതറിയെങ്കിലും അയാൾ വല്ലാത്തൊരു ചിരിയോടെ പറഞ്ഞു.

‘‘എന്നാ നന്നായി. അല്ലെങ്കിലേ ഇവിടെ എനിക്ക് നിറച്ചു കാമുകി മാരാണെന്നാണ് അവളുടെ വിശ്വാസം. നിന്നെക്കുറിച്ചു പറഞ്ഞാ പിന്നെ എല്ലാം തികഞ്ഞു.’’

‘‘അങ്കിളിനൊക്കെ ഈ പ്രായത്തിലും കാമുകിമാരുണ്ടെന്നു വിശ്വസിക്കുന്ന ആ ഇത്ത എന്ത് മണ്ടിയായിരിക്കും അല്ലേ?’’

സിത്താരയുടെ മറുപടി കേട്ടയുടൻ കൂടുതലൊന്നും പറയാനില്ലാതെ തൊണ്ട വരണ്ടു പോയ സിദ്ധിഖ് കാറിൽ കയറി എസി ഓണാക്കി.

അഞ്ച്

അയൽവാസിയായ മത്തായി മാപ്ലയുടെ വീടിന്റെ അതിരിൽ നിൽക്കുന്ന ഒരു വലിയ മാവ്. അതിന്റെ ഉണങ്ങിയ ഇലകളെല്ലാം വീഴുന്നത് രണ്ടു കൂട്ടർക്കും നടന്നുപോകാനുള്ള വഴിയിൽ. മത്തായി മാപ്ലയുടെ മകൾ ജിൻസിയാകട്ടെ, വഴിയിലേക്ക് ചൂലുമായി വരുന്നത് അപൂർവ കാഴ്ചയാണ്.

''മോളെ, അങ്ങനെ ഒരു അയൽവാസികൾ അവിടെ ഇല്ല എന്ന് കരുതൂ. അപ്പോൾ നമ്മൾ തന്നെ വേണ്ടേ വഴി അടിച്ചു വാരുവാൻ?''

അമ്മയുടെ ചോദ്യം.

''മറ്റുള്ളവർ ചെയ്യുമെന്ന് കരുതി ഒരു കാര്യവും ചെയ്യാൻ അമാന്തിക്കരുത്.''

അമ്മ പഠിപ്പിച്ച ആദ്യത്തെ പാഠമാണ് അത്. ആ വാക്കുകൾ ചെവിയിൽ മുഴങ്ങുന്നു. തനിക്കു മുൻപ് ജോലിക്കു നിന്നവളെ എന്തുകൊണ്ടാണ് ഇവിടന്നു പറഞ്ഞയച്ചതെന്ന് ആരും പറയാതെ തന്നെ സിത്താര മനസ്സിലാക്കി തുടങ്ങിയിരുന്നു. വൃത്തിയും വെടിപ്പും തീരെ ഇല്ലാത്ത ഒരു കഥാപാത്രമായിരുന്നിരിക്കണം ജമീല. അല്ലെങ്കിൽ ഈ പരിസരവും വീടും ഇങ്ങനെ കിടക്കില്ലായിരുന്നു. എത്രയും പെട്ടന്ന് ഇവിടത്തെ പൊടിയും മാറാലയും തൂത്തു വൃത്തിയാക്കണം എന്ന് അതുകൊണ്ടുതന്നെ അവൾ തീരുമാനിച്ചുറച്ചു.

പ്രധാന ഹാളിലെ കസേരകളും മറ്റും ഒന്ന് സ്ഥലം മാറ്റി ക്രമീകരിച്ചാൽ കുറച്ചു കൂടി സ്പെയ്സ് കിട്ടും എന്ന് അവൾക്കു തോന്നി. ആരോടും ചോദിക്കാതെ കസേരയും മറ്റും അത് കിടക്കുന്ന ഇടങ്ങളിൽ നിന്നും മാറ്റി മറ്റൊരു രീതിയിൽ സെറ്റ് ചെയ്യാനുള്ള ശ്രമം തുടങ്ങി.

നാദിറ അത് കണ്ടുകൊണ്ടാണ് കടന്നുവന്നത്. സിത്താര തന്റെ ഉദ്യമം തുടർന്നുകൊണ്ടിരുന്നു. പ്രതീക്ഷിച്ച പോലെ തള്ള ഒന്നും പറഞ്ഞില്ല.

"ഇതെന്താ ഈ കാട്ടിക്കൂട്ടുന്നത്? ഇവിടത്തെ പൊടിയൊക്കെ തൂത്തുവാരിയാ മതി. ഇതൊക്കെ കിടക്കുന്ന പാട്ടിൽ തന്നെ കിടന്നോട്ടെ."

സോഫ വലിച്ചു മാറ്റുന്ന ശബ്ദം കേട്ട് അവിടേക്കു വന്ന സിദ്ധിഖ് ആ കാഴ്ച കണ്ടു കോപത്തോടെ പറഞ്ഞു.

മിണ്ടാതെ പോകാൻ തള്ള സിദ്ധിഖിനോട് ആംഗ്യം കാണിച്ചു. തുടർന്ന് അവർ റൂമിലേക്ക് ഞൊണ്ടി ഞൊണ്ടി നടന്നു.

"നീ ഇത്ര വേഗം തള്ളയെ വളച്ചു കയ്യിലെടുത്തോ? കൊള്ളാമല്ലോ." സിദ്ധിഖിന് അതിശയമായി.

"ഇതൊന്നു പിടിച്ചു ഇങ്ങോട്ടു ഇടാൻ സഹായിക്കാമോ?" സിത്താര അയാളോട് ചോദിച്ചു.

"പിന്നേ, നിന്റെ കീഴിൽ പണിക്കു വന്നവനാണല്ലോ ഞാൻ. എന്നോട് സഹകരിക്കാത്ത കാലത്തോളം എന്നിൽനിന്നും ഒരു സഹകരണവും പ്രതീക്ഷിക്കണ്ട."

അയാൾ ഒരു പ്രതികാരം ചെയ്തു എന്ന ഭാവത്തിൽ മുഖം വീർപ്പിച്ചു പുറത്തേക്കു പോയി

സിത്താര സോഫ പിടിച്ചു മാറ്റി ഇടാൻ ശ്രമം തുടരുകയാണ്. അത് കണ്ടുകൊണ്ടാണ് സൈദ് അങ്ങോട്ടു വരുന്നത്. സിത്താരയുടെ പ്രവൃത്തി ഒന്ന് നോക്കി നിന്ന് അയാൾ അവളെ സഹായിക്കാൻ തുടങ്ങുന്നു. അത് കണ്ടുകൊണ്ടാണ് അഹ്മദിന്റെ വരവ്. അയാൾ ആദ്യം സൈദിനെ ഒന്ന് നോക്കി. പിന്നെ സിത്താരയെയും. സിത്താര അർബാബിന്റെ വസ്ത്രത്തിൽ ഇരിക്കുന്ന മാറാല അപ്പോഴാണ് കണ്ടത്. കൂടുതലൊന്നും ആലോചിക്കാതെ അവൾ ചെന്ന് യാതൊരു ഭയവും ഇല്ലാതെ അത് തട്ടിക്കളഞ്ഞു.

അവളുടെ പ്രവൃത്തി കണ്ട് അഹ്മദ് 'മുശ്കൂർ' എന്ന് പതിയെ പറഞ്ഞു. അത് നന്ദിസൂചകമായി പറഞ്ഞ വാക്കാണെന്നു തിരിച്ചറിഞ്ഞ സിത്താര അതുപോലെ തന്നെ അയാളോടും പറഞ്ഞുകൊണ്ട് തന്റെ പണിയിൽ ഏർപ്പെടാൻ തുടങ്ങി.

സൈദിന് അവളുടെ പെരുമാറ്റം ഇഷ്ടമാവുന്നുണ്ടെന്നു അഹ്മദ് തിരിച്ചറിയുന്നുണ്ടായിരുന്നു. അയാൾ പക്ഷേ കൂടുതലൊന്നും അതിനെപ്പറ്റി ചിന്തിക്കാതെ തന്റെ ചെറുപ്പകാലത്ത് പരിചയപ്പെട്ട ഒരു സിലോണി പെൺകുട്ടിയെക്കുറിച്ചു ഓർത്തുകൊണ്ട് സോഫയിൽ ചെന്നിരുന്നു.

ആറ്

കടം കൊടുത്തു തീർക്കാനുള്ളവരുടെ പേരുകൾ എഴുതിയ കൈപ്പുസ്തകം എടുത്ത് സിത്താര കണക്കു കൂട്ടി. രണ്ടുമൂന്നു വർഷം വേണ്ടി വരും എല്ലാം ഒന്ന് തീരണമെങ്കിൽ. അച്ഛൻ വരുത്തി വച്ച ബാധ്യതകൾ.

മുഴുക്കുടിയന്മാരുള്ള ഏതൊരു വീട്ടിലും ഈ ബാധ്യതകൾ ഏൽക്കാൻ ഒരു സിത്താര ജനിക്കേണ്ടി വരും. അവൾ നെടുവീർപ്പിട്ടു.

സൈദിന്റെ വാഹനത്തിൽ തന്തയും തള്ളയും പുറത്തെങ്ങോ പോയിരിക്കുകയാണ്. അതുകൊണ്ടുതന്നെ ഇന്ന് അടുക്കളയിൽ മൂന്നു മലയാളികൾക്കുള്ള ഭക്ഷണമേ പാകം ചെയ്യേണ്ടിവന്നുള്ളൂ. അബുക്കയോട് റെസ്റ്റ് ചെയ്തോളൂ എന്നു പറഞ്ഞ് അടുക്കള ഭരണം ഏറ്റെടുത്തത് സിത്താരയാണ്.

കുറച്ചു നാളുകൾക്കു ശേഷം നാടൻ ഭക്ഷണം കഴിക്കാനായി. ഇനി അല്പം വിശ്രമമാണ്. പെട്ടെന്ന് ഒരു മുന്നറിയിപ്പും ഇല്ലാതെ അവളുടെ റൂമിലേക്ക് സിദ്ധിഖ് കയറി വന്നു. അയാളുടെ കയ്യിൽ എന്തോ ഉണ്ട്. സിത്താര ചാടിപ്പിടഞ്ഞ് എഴുന്നേറ്റു. ഈ പ്രവണത ശരിയല്ലെന്ന് അവൾ മനസ്സിൽ കണക്കുകൂട്ടി.

സിദ്ധിഖ് കൈയിലുള്ള കവർ തുറന്നു. അതിൽനിന്നും ചിപ്സ് എടുത്തു നീട്ടുകയാണ്.

‘‘നാട്ടിൽ നിന്നും ഒരാൾ വന്നിട്ടുണ്ട്. അവന്റെ കൈയിൽ വീട്ടിൽ നിന്നും കൊടുത്തയച്ചതാണ്. നല്ല ഒന്നാന്തരം ചിപ്സാണ്.’’

‘‘അനുവാദം ചോദിച്ചിട്ടല്ലേ ഒരു റൂമിലേക്ക് കടക്കുക.’’ സിത്താര തീരെ മയമില്ലാത്ത സ്വരത്തിൽ ചോദിച്ചു.

‘‘ഈ റൂമിലേക്ക് കടക്കുവാൻ യ്ക്ക് അന്നോട് അനുവാദം ചോദിക്കേണ്ട കാര്യമുണ്ടോ സിത്തൂ?’’ സിദ്ധിഖ് ശൃംഗാരഭാവത്തിലാണ്.

‘‘അതെന്താ നിങ്ങൾക്കൊരു പ്രത്യേകത? ദേ, വന്ന ദിവസം തുടങ്ങി ഞാൻ ശ്രദ്ധിക്കുന്നു എന്റെ കാര്യത്തിൽ വല്ലാതെ സ്വാതന്ത്ര്യം എടുക്കണ്ട, മനസ്സിലായല്ലോ.’’

ഇനിയും ഇത് തുടരാൻ പറ്റില്ല എന്ന ഭാവത്തിൽ ഒരല്പം ശബ്ദ മുയർത്തിതന്നെ സിത്താര പറഞ്ഞു. അത് കേട്ടപാടെ സിദ്ധിഖിന്റെ രക്തസമ്മർദ്ദം ഉയർന്നു.

‘‘ഇതൊക്കെ ഒരുപാടു കേട്ടവനാടീ ഈ ഞാൻ. തുടക്കത്തിൽ എല്ലാവരും ഇങ്ങനെ വല്ലാതെ വീമ്പിളക്കും. പിന്നെ പതിയെ ദേ, ഇങ്ങോട്ടു ചാരും. നീ എന്നെ കണ്ടു തുടങ്ങിയിട്ടല്ലേ ഉള്ളൂ. അതു കൊണ്ടാണ്.’’

സിത്താര എന്ത് മറുപടി കൊടുക്കണമെന്നറിയാതെ ഒരു നിമിഷം പകച്ചു.

സിദ്ധിഖ് തുടരുകയാണ്.

‘‘പിന്നെ, ഞാൻ ഒരാള് വിചാരിച്ചാൽ മതി നിന്റെ ഇവിടത്തെ പാർപ്പു അവസാനിപ്പിക്കാൻ. സൂക്ഷിച്ചു കളിച്ചില്ലേൽ തിരിച്ചു വരാനാവാത്ത തരത്തിൽ നാട്ടിലേക്കു കെട്ട് കെട്ടിക്കും ഞാൻ.’’

ഇവിടെ പകച്ചു നിന്നാൽ ഒരുപക്ഷേ പിന്നെ തല ഉയർത്താൻ കഴിഞ്ഞെന്നു വരില്ല. സിത്താര അയാളുടെ കണ്ണുകളിലേക്കു തന്നെ സൂക്ഷിച്ചു നോക്കിയിട്ടു മറുപടി പറഞ്ഞു.

‘‘ഇവിടെ ജീവിതകാലം മുഴുവൻ കഴിയാം എന്ന് ഞാൻ ആർക്കും വാക്ക് കൊടുത്തിട്ടില്ല. നിങ്ങൾ തൽക്കാലം റൂമിനു വെളിയിൽ കടക്കൂ.’’

അത് പ്രതീക്ഷിച്ചിരുന്ന സിദ്ധിഖിന്റെ മറ്റൊരു രൂപം പതിയെ തെളിയാൻ തുടങ്ങി. അയാൾ അവളെ കടന്നു പിടിക്കാൻ ശ്രമിച്ചു കൊണ്ട് പറഞ്ഞു.

‘‘പിടയ്ക്കാതെടീ പെണ്ണേ.’’

സിത്താര അയാളുടെ മുഖം നോക്കി ഒന്ന് പൊട്ടിച്ചു. അത് പ്രതീക്ഷിക്കാതിരുന്ന സിദ്ധിഖ് ഒന്ന് പതറി.

‘‘രണ്ടും കൽപ്പിച്ച് ഈ പ്രായത്തിൽ അന്യനാട്ടിൽ ജോലിക്കു വരുമ്പോൾ ഞാൻ ഇതും ഇതിലപ്പുറവും പ്രതീക്ഷിച്ചിട്ടുണ്ടായിരുന്നു. അതിനൊക്കെ എന്ത് ചെയ്യണം എന്നും എനിക്കറിയാം. ഇന്ത്യൻ എംബസി, മലയാളി അസോസിയേഷൻ തുടങ്ങിയതിലൊക്കെ ഉള്ള വർ ഇവിടെ ഈന്തപ്പഴം ഉണക്കാൻ ഇരിക്കുന്ന ജോലിക്കു വേണ്ടി വന്നവരല്ല. ഒരു കംപ്ലയിന്റ് പോയാൽ പിന്നെ അങ്കിളേ, നിന്റെ ഭാര്യ

റൈഹാന വന്നു കരഞ്ഞു പറയേണ്ടി വരും തന്നെ ജയിലീന്നു വിട്ടയയ്ക്കണമെങ്കിൽ.''

അതു കേട്ട് സിദ്ധിഖ് കോപത്തോടെ പുറത്തേക്കു നടന്നു. വെളിയിൽ അബുക്ക നിൽക്കുന്നത് സിദ്ധിഖ് ചെറിയൊരു ചമ്മലോടെ കണ്ടു.

''സിദ്ധിക്കേ, മുൻപ് ഇവിടെ നിന്നിരുന്ന ജമീല അല്ല ഇത് എന്ന് ബോധ്യമായില്ലേ.''

സിദ്ധിഖ് മറുപടി ഒന്നും പറയാതെ തിരക്കിട്ടു നടന്നു.

ഏഴ്

“സാധാരണ ഇങ്ങനത്തെ ദിവസങ്ങളിൽ ഹോട്ടലിൽ നിന്നാണ് ഭക്ഷണം ഓർഡർ ചെയ്യാറ്. നീ കൂടി ഉള്ളതുകൊണ്ടാണ് ഇവിടെ ഉണ്ടാക്കാം എന്ന് ഞാൻ പറഞ്ഞത്.”

അടുക്കളയിൽ തിരക്കിട്ടു പണി ചെയ്യുന്നതിനിടയിൽ അബുക്ക സിത്താരയോട് പറഞ്ഞു:

“അതിനെന്താ നമുക്ക് നോക്കാമെന്നേ.” യാതൊരു കൂസലും ഇല്ലാതെ സിത്താര മറുപടി കൊടുത്തു

“ആട്ടെ, നിനക്ക് എന്താണ് സ്പെഷ്യലായിട്ടു ഉണ്ടാക്കാൻ പറ്റുക?”

“നല്ല നാടൻ ചോറും സാമ്പാറും മാമ്പഴപ്പുളിശ്ശേരിയും.” സിത്താര മറുപടി കൊടുത്തു

“രണ്ടു പപ്പടം വറുക്കുകയും ആവാം.” അബുക്ക സന്തോഷം അഭിനയിച്ചുകൊണ്ടു പറഞ്ഞു.

“പാലടപ്രഥമനും സെറ്റാക്കാം. അടിപൊളി ആയിരിക്കും അല്ലേ അബുക്ക?”

തന്നെ കളിയാക്കിയതാണെന്നു തിരിച്ചറിയാതെ സിത്താര നിഷ്കളങ്കതയോടെ ചോദിച്ചു.

“എന്റെ മോളേ, നീ ഇത്ര വലിയ പൊട്ടിയാണോ എന്ന് ഞാൻ ചോദിക്കുന്നില്ല. ഈ സാമ്പാറും ചോറും ഒക്കെ ഉണ്ടാക്കി സിംഹത്തിനു വച്ച് കൊടുത്താൽ എങ്ങനെ ഉണ്ടാവും?”

ഒന്ന് പതറിയ സിത്താര തോൽക്കാതിരിക്കാനായി പറഞ്ഞു.

“ഒരു തവണ സിംഹം ഒന്ന് കഴിച്ചു നോക്കട്ടെ. അപ്പൊ അറിയാം അതിന്റെ രസം.”

ആ പറഞ്ഞപോലെ രസവും ഉണ്ടാക്കണം. സിത്താര മനസ്സിൽ പറഞ്ഞു.

“എന്റെ പണി കളയാനാണോ അതോ എന്നെ സഹായിക്കാനാണോ നീ ഇവിടെ വന്നത്?”

അബുക്കയുടെ ചോദ്യം അല്പം കോപത്തോടെ ആണെന്ന് സിത്താരയ്ക്കു തോന്നി

“എന്നാൽ അബുക്ക പറയൂ എന്താ ഉണ്ടാക്കണ്ടേ?” സിത്താര ശാന്തഭാവത്തിൽ ചോദിച്ചു.

“നമുക്ക് കുഴിമന്തി ഉണ്ടാക്കാം.” അബുക്കയും ശാന്തനായി പറഞ്ഞു.

“കുഴിമന്തിയോ? നാട്ടിലും ചിലയിടത്തു ബോർഡ് കണ്ടിട്ടുണ്ട്. അതെന്താ സാധനം?” സിത്താരയ്ക്ക് മനസ്സിലായില്ല.

“അതൊക്കെ ഉണ്ട് നീ ഞാൻ പറഞ്ഞതൊക്കെ ഒന്ന് തയ്യാറാക്കി തരുമോ?”

“എന്നാൽ വൺ കണ്ടീഷൻ. അബുക്കയെ സഹായിച്ച ശേഷം അബുക്ക എന്നെ സഹായിക്കണം.”

“എന്തിന്?”

“ഞാൻ നേരത്തെ പറഞ്ഞ കേരളീയ വിഭവങ്ങളും ഉണ്ടാക്കും. ആരെങ്കിലും കഴിക്കുമോ എന്ന് നോക്കാമല്ലോ.”

തലയ്ക്കു തീരെ സുഖമില്ലാത്ത ഒരു കുട്ടിയാണ് തന്റെ മുന്നിൽ നിൽക്കുന്നതെന്ന് ഭാവത്തിൽ അബുക്ക തലയാട്ടി.

അടുക്കള ഉണർന്നു. എല്ലാം തൃപ്തിയോടെ തന്നെ സിത്താര ചെയ്തു തീർത്തു. മജ്‌ലിസിൽ അറബികൾ ഭക്ഷണത്തിനായി ഒരുങ്ങി. അബുക്ക അറബിഭക്ഷണങ്ങൾ വിളമ്പുവാൻ തുടങ്ങി. അതിനോടൊപ്പം തന്നെ ഒരു വശത്തായി സിത്താര കേരളീയ ഭക്ഷണങ്ങളും കൊണ്ട് വച്ചു. എല്ലാവരും അതിലേക്കു നോക്കുന്നുണ്ട്.

അബുക്കയ്ക്ക് ഉള്ളിൽ നേരിയ ഭയം ഉണ്ടായിരുന്നു വന്ന കാലം മുതൽ അറബി ഭക്ഷണങ്ങൾ അല്ലാതെ മറ്റൊന്നും ഇവിടെ വിളമ്പിയിട്ടില്ല. ഈ പെണ്ണ് കാരണം വഴക്കു കേൾക്കേണ്ടി വരുമോ. ഇത്തരം പരീക്ഷണങ്ങൾ അവർ എങ്ങനെ എടുക്കും എന്ന് അയാൾക്ക് അറിവുണ്ടായിരുന്നില്ല.

സിദ്ധിക്കും അക്ഷരാർത്ഥത്തിൽ അത് കണ്ടു ഞെട്ടി നിൽക്കുകയാണ്. ആരൊക്കെയോ അത് എടുത്തു അല്പം രുചിച്ചു നോക്കുന്നു. ചിലർ രണ്ടാമതും തൊട്ടു നോക്കി പറ്റാതെ അവരുടെ ഭക്ഷണത്തിലേക്കു തന്നെ ശ്രദ്ധ തിരിക്കുന്നു.

സിദ്ധിഖ് അത് കണ്ടു സിത്താരയെ കോപത്തോടെ നോക്കി. സിത്താരയ്ക്ക് നിരാശ തോന്നി. അത് സൈദ് ശ്രദ്ധിക്കാൻ ഇടയായി. അയാൾ മാമ്പഴപ്പുളിശ്ശേരി എടുത്തു നാവിൽ ഒന്ന് തൊട്ടു നോക്കി. എന്താണ് ഭാവം എന്നറിയാൻ സിത്താര മാറി നിന്ന് വീക്ഷിച്ചു. സൈദ് വളരെ ആസ്വാദ്യകരമായി 'വഹ്' എന്ന് പറയുന്നു. സിത്താരയ്ക്ക് വല്ലാതെ സന്തോഷം തോന്നി.

സൈദ് അത് എടുത്തു ചിലർക്ക് കൊടുക്കുന്നു. പതിയെ പതിയെ അവർ രസവും എടുത്തു കുടിക്കാൻ തുടങ്ങി. അങ്ങനെ സിത്താരയുടെ ഭക്ഷണത്തിനും ആരാധകർ ഉണ്ടാവുന്നത് ഞെട്ടലോടെ സിദ്ധിഖ് നോക്കി നിന്നു.

ഭക്ഷണാവശിഷ്ടങ്ങളും എച്ചിൽപാത്രങ്ങളും അടുക്കളയിൽ എത്തിച്ച് അതെല്ലാം വൃത്തിയാക്കുകയാണ് സിത്താര. അവൾ സന്തോഷം കൊണ്ട് ഒരു മൂളിപ്പാട്ട് പാടുന്നുണ്ട്. അവിടേക്കു വരുന്ന സൈദ് അവൾ പാടുന്നത് ഒരു നിമിഷം ശ്രദ്ധിച്ചു നിന്നു. പിന്നെ തിരിച്ചു പോയി. സിത്താര അത് കാണുന്നുണ്ടായിരുന്നില്ല. എന്നാൽ സിദ്ധിഖ് സൈദിന്റെ വരവും നോട്ടവും തിരിച്ചുപോക്കും കാണുന്നുണ്ടായിരുന്നു.

''എടീ, നീ അറബിവീട്ടിൽ പണിക്കു വന്നതാണ്. അല്ലാതെ അറബികൾ നിന്റെ വീട്ടിലേക്കു ഭക്ഷണം കഴിക്കാൻ വന്നതല്ല.''

ഓർക്കാപ്പുറത്തുള്ള സിദ്ധിഖിന്റെ സംസാരം കേട്ട് അബുക്കയും പാത്രം കഴുകുന്നതിനിടയിൽ തല ഉയർത്തി നോക്കി.

''നീ എന്തിനാണ് ഈ സാമ്പാറും മാങ്ങാത്തൊലിയും ഒക്കെ ഉണ്ടാക്കി അവർക്കു കൊടുക്കുന്നത്. ഭാഗ്യത്തിനാണ് അവർ നിന്റെ മുഖത്തേക്ക് അത് ഒഴിക്കാഞ്ഞത്. അവരൊക്കെ പോകട്ടെ, ആ സൈദിന്റെ വായിൽ നിന്നും നിനക്കുള്ളത് കിട്ടിക്കോളും.''

അമർഷം താങ്ങാൻ ആവാതെ സിദ്ധിഖ് നിന്ന് മുറുമുറുത്തു.

''എന്നിട്ട് സൈദാണല്ലോ രസം കൂടുതൽ കുടിച്ചത്? നിങ്ങളും ഒന്ന് കുടിച്ചു നോക്ക്, അപ്പൊ അറിയാലോ കാര്യങ്ങൾ.'' സിത്താര പുഞ്ചിരിയോടെ പറഞ്ഞു.

''അത് തന്നെ. ഇയ്യ് ഇങ്ങനെ ബഹളം വയ്ക്കാതെ ആ രസം ഇത്തിരി എടുത്തു കുടിച്ചു നോക്ക്.'' അബുക്കയും സിദ്ധിക്കിനോട് പറഞ്ഞു.

മനസ്സില്ലാമനസ്സോടെ സിദ്ധിഖ് അല്പം രസം എടുത്തു കുടിച്ചു നോക്കി. ഒരൽപം കൂടി കുടിക്കണം എന്നുണ്ടായിരുന്നെങ്കിലും അഭിമാനം സംരക്ഷിക്കാനായി അയാൾ അതിനു മുതിർന്നില്ല.

അകത്തു നിന്നും സൈദ് സിത്താരയെ വിളിക്കുന്നു. അതു കേട്ട് ഞെട്ടിയ സിദ്ധിക്ക് ആഹ്ലാദത്തോടെ പറഞ്ഞു.

''ചെല്ലൂ, എന്നിട്ടു കൈയോടെ വാങ്ങിച്ചോ.''

സിത്താര പതിയെ മജ്‌ലിസിലേക്കു നടന്നു.

അവിടെ ഏതോ അറബിയുവാവ് പാടുന്നുണ്ട്. അവിടേക്കു മടിച്ചു മടിച്ചു ചെല്ലുന്ന സിത്താരയെ സൈദ് അറബികൾക്ക് പരിചയപ്പെടുത്തിക്കൊടുത്തു. തുടർന്ന് അവളോട് ഒരു പാട്ടു പാടാൻ ആജ്ഞാപിച്ചു. സ്കൂളിലും നാട്ടിൻപുറത്തെ ഒരുപാടു വേദികളിലും പാടിയിട്ടുള്ള സിത്താരയ്ക്ക് വലിയ സഭാകമ്പമൊന്നും തോന്നിയില്ല. ഈ സന്ദർഭം തനിക്കു ദൈവമായിട്ടു ഉണ്ടാക്കി തന്നതാണെന്നു തിരിച്ചറിവുണ്ടെങ്കിലും എന്തുകൊണ്ടോ അവൾ ഒന്ന് മടിച്ചു.

''അറിയില്ല എന്ന് പറഞ്ഞു സൈദിനോട് മാപ്പു ചോദിച്ചു അടുക്കളയിലേക്ക് ഓടിക്കോ. അല്ലെങ്കിൽ ആകെ നാണക്കേടാവും. നീ പാട്ടു പാടി കുളമാക്കിയാൽ അത് സൈദിന്നും കൂടി നാണക്കേടാണ്.''

സിദ്ധിഖ് പുറകിൽ വന്നു പതിയെ പറയുന്നു. സൈദ് അവളെ പ്രോത്സാഹിപ്പിക്കുകയാണ്. പക്ഷേ എന്തുകൊണ്ടോ സൈദിന്റെ മുന്നിൽ വച്ച് പാടാൻ അവൾക്കു നാണം തോന്നി.

''പിന്നെയും പിന്നെയും ആരോ കിണ്ണവിന്റെ
പാടി കടന്നെത്തുന്ന പാത നിസ്വണം...''

സിത്താര പാടുന്നില്ലെന്നു കണ്ടപ്പോൾ സൈദ് അക്ഷരത്തെറ്റോടെയെങ്കിലും താളബോധത്തോടെ ഒരു മലയാളം പാട്ടു പാടാൻ തുടങ്ങി. അവൾ ശരിക്കും ഞെട്ടിപ്പോയി. ഇയാൾ താൻ കരുതിയ പോലൊന്നും അല്ലല്ലോ എന്ന് അവൾ വിചാരിച്ചു. പിന്നെ അതിന്റെ അനുപല്ലവി സിത്താരയും പാടി. അത് മനോഹരമായ ഒരു മുഹൂർത്തമായി മാറുകയാണ്. ഭാഷകൾക്കപ്പുറം സംഗീതത്തിന്റെ മാസ്മരികത. അഹ്മദും നാദിറയുമടക്കം എല്ലാവരും സിത്താരയുടെ ആലാപനത്തിൽ ലയിച്ചുപോയി.

എല്ലാം കൈവിട്ടു പോയി എന്ന് സിദ്ധിഖിനും ബോധ്യമായി. പാട്ടു തീർന്ന ഉടൻ എല്ലാവരും കൈയടിക്കുന്നു. സൈദിന്റെ കൂട്ടുകാർ അവന്റെ തോളിൽ തട്ടി അഭിനന്ദിക്കുന്നു. ഒന്നു രണ്ടു പേര് സിത്താരയ്ക്ക് കുറച്ചു പണം നീട്ടി. അവൾ അത് വാങ്ങണോ വേണ്ടയോ എന്ന ആശങ്കയോടെ സൈദിനെ നോക്കി. വാങ്ങിക്കോളൂ എന്ന ഭാവത്തിൽ സൈദ് അവളെ നോക്കി പുഞ്ചിരിച്ചു.

അയാളുടെ മിഴികളിൽ ഏതു പെണ്ണിനേയും വശീകരിക്കുന്ന എന്തോ മാസ്മരിക ശക്തി ഉണ്ടെന്ന് ആദ്യകാഴ്ചയിൽ തന്നെ സിത്താര തിരിച്ചറിഞ്ഞതാണ്. കുടുങ്ങിപ്പോകും എന്ന് ഉപബോധ മനസ്സ് അവളോട് നിരന്തരം പറഞ്ഞപ്പോൾ ആ സാഹചര്യത്തിൽ നിന്നും പെട്ടെന്ന് മാറി സിത്താര റൂമിലേക്ക് നടന്നു.

ഈശ്വരാ, ഈ നിലയ്ക്ക് ഈ കഥ പോയാൽ എന്തൊക്കെയാണ് സംഭവിക്കുക? ഒന്നുകിൽ എത്രയും പെട്ടെന്ന് ഇവിടെ നിന്നും മറ്റൊരു തൊഴിലിടത്തിലേക്കു മാറി പോവുക അല്ലെങ്കിൽ അയാളുടെ മിഴികളിൽ വീണു ലയിക്കുക. അതല്ലാതെ മറ്റൊരു മാർഗവും കാണുന്നില്ല.

സിത്താര വാതിൽ കുറ്റിയിട്ടു എന്ന് ഉറപ്പിച്ചു കിടക്കയിലേക്ക് വീണു.

എത്ര ഗൗരവത്തോടെ മാറി നടന്നാലും ഇന്നല്ലെങ്കിൽ നാളെ പിടിവിട്ടു വഴുതി വീണു പോകും. സിത്താരയ്ക്ക് അതിൽ ഒട്ടുമേ സംശയം ഉണ്ടായിരുന്നില്ല.

പ്രണയപരവശരായി ഒത്തിരി ചെറുപ്പക്കാർ തന്റെ മുന്നിൽ വന്നിട്ടുണ്ട്. അവരെയെല്ലാം നിഷ്കരുണം പറഞ്ഞു വിടാൻ തനിക്കു കഴിഞ്ഞിട്ടുണ്ട്. പക്ഷേ ആദ്യമായാണ് കണ്ട മാത്രയിൽ കീഴടങ്ങണം എന്നു തോന്നിയത്. താൻ എന്ത് മണ്ടത്തരങ്ങളാണ് ചിന്തിച്ചു കൂട്ടുന്നത്? ഒരുപക്ഷേ ആ അറബിച്ചെറുക്കൻ ഇങ്ങനെ ഒന്നും വിചാരിച്ചു കാണില്ല അയാൾക്ക് അതിമനോഹരിയായ ഏതെങ്കിലും അറബിപ്പെൺകുട്ടിയുമായി പ്രണയം ഉണ്ടാവാം.

സിത്താരയ്ക്ക് സ്വയം പുച്ഛം തോന്നി.

പെട്ടെന്നാണ് വാതിലിൽ മുട്ട് കേട്ടത്. സിദ്ധിഖ് ആയിരിക്കും. അവൾ അമർഷത്തോടെ വാതിൽ തുറന്നു.

സൈദ്.

അവൾ ഒന്ന് വിറച്ചു.

‘‘താൽ’’ അയാൾ വിളിക്കുകയാണ്.

ഈശ്വരാ, താൻ പ്രതീക്ഷിച്ചതു തന്നെയാണോ സംഭവിക്കാൻ പോകുന്നത്. സ്വപ്നത്തിലെന്നപോലെ അവൾ അയാളുടെ കൂടെ നടന്നു. കാറിലേക്ക് കയറാൻ അയാൾ ആജ്ഞാപിക്കുന്നു. അവൾ തിരിഞ്ഞു നോക്കി. ഒന്നും അറിയാത്ത ഭാവത്തിൽ സിദ്ധിഖ് അയാൾ ഓടിക്കുന്ന കാറ് തുടച്ചുകൊണ്ട് നിൽക്കുകയാണ്. തന്റെ അറബിയാണ് വിളിക്കുന്നത് കയറാതിരിക്കുന്നതെങ്ങനെ? സിത്താര

സൈദിന്റെ വാഹനത്തിൽ കയറി. വാഹനം മുന്നോട്ടു പാഞ്ഞു തുടങ്ങി.

മലയാളം ഗാനങ്ങളാണ് കാറിൽ കേൾക്കുന്നത്. ഇയാൾക്ക് മലയാളം അറിയുമോ, അതോ തന്നെ ബോദ്ധ്യപ്പെടുത്താൻ ചെയ്യുന്നതാണോ. സിത്താരയ്ക്ക് സംശയമായി.

''ഐ വാണ്ട് ടു ലേൺ. മലയാലം... എനിക്ക് മലയാലം പേടിക്കണം.'' സൈദ് വിക്കി വിക്കി പറഞ്ഞൊപ്പിച്ചു.

''പേടിക്കണം അല്ല, പഠിക്കണം.''

''പഠിക്കണം.'' സൈദ് അത് മനസ്സിൽ ഉരുവിട്ടു.

''മലയാളം പറയുന്നുണ്ടല്ലോ. ഇതൊക്കെ എങ്ങനെ പഠിച്ചു? ഹൗ ഡിഡ് യു ലേൺ മലയാളം?'' സിത്താര ചോദിച്ചു

''ആഫ്റ്റർ വാച്ചിങ് മലയാലം മൂവി.'' സൈദ് മറുപടി പറഞ്ഞു.

''ആരെയാണ് കൂടുതൽ ഇഷ്ടം?'' ഒരു കൗതുകത്തിനു വേണ്ടി സിത്താര ചോദിച്ചു.

''ഇപ്പോൾ നിന്നെ.'' സൈദ് പറഞ്ഞു.

ആ മറുപടി സിത്താരയെ വല്ലാതെ കുഴപ്പിച്ചു. ഇത്ര പെട്ടെന്ന് താൻ ഭയപ്പെട്ട ഇടത്തേക്ക് ഇയാൾ കടന്നുവരുമെന്ന് കരുതിയതല്ല. പെട്ടന്നൊന്നും വീണുപോകുന്നവളല്ല സിത്താര എന്ന് ഇയാൾ മനസ്സിലാക്കണം. മാത്രവുമല്ല, ഇയാൾ മറ്റൊരു സിദ്ധിഖ് ആണോ എന്നും അറിയേണ്ടതുണ്ട്. ആയതിനാൽ അവൾ കൂടുതൽ സൗഹൃദത്തിന് മുതിർന്നില്ല.

അപരിചിതമായ ഇടങ്ങളിലൂടെയാണ് വാഹനം പോകുന്നത്. തന്നെ ചതിക്കാൻ ആണെങ്കിൽ അവസാന ശ്വാസം വരെ എതിർത്ത് നിൽക്കും. അവൾ എല്ലാ അർത്ഥത്തിലും ഒരുങ്ങി ഇരുന്നു. സിത്താരയുടെ ഭാവമാറ്റം അറിഞ്ഞിട്ടാവണം സൈദ് പിന്നെ ഒന്നും സംസാരിക്കാൻ ശ്രമിച്ചില്ല. അയാളുടെ വാഹനം ചെന്ന് നിന്നത് സംഗീത ഉപകരണങ്ങൾ വിൽക്കുന്ന ഒരു കടയുടെ മുന്നിലാണ്.

അയാളോടൊപ്പം അവിടേക്കു ചെന്ന സിത്താരയുടെ മനസ്സ് ഒരു ചിത്രശലഭത്തെ പോലെ പറക്കാൻ തുടങ്ങി. മനോഹരമായ ഒരു വയലിൻ അയാൾ വാങ്ങിച്ചു. അത് സിത്താരയുടെ കൈകളിലേക്ക് വച്ച് കൊടുത്തിട്ടു പറഞ്ഞു.

''ദിസ് ഈസ് മൈ ഗിഫ്റ്റ് ഫോർ യു.''

ആ കണ്ണുകളിലേക്കു നോക്കാനുള്ള ശേഷി സിത്താരയ്ക്ക് ആ നിമിഷം മുതൽ നഷ്ടപ്പെട്ടു കഴിഞ്ഞിരുന്നു. അവൾ അത് വാങ്ങി

മാറോടു ചേർത്ത് പിടിച്ചു. തുടർന്ന് അയാൾ നടന്ന വഴികളിലൂടെ ആ പാദം പിൻപറ്റി നടക്കുക എന്നുള്ളതല്ലാതെ മറ്റൊന്നും അവൾക്കു ചെയ്യാൻ തോന്നിയില്ല.

ഏതൊക്കെയോ ഭക്ഷണശാലകളിൽ കയറിയെന്നോ എന്തൊക്കെയാണ് വാങ്ങിതന്നതെന്നോ അവൾക്കു ഒരു ഊഹവും ഇല്ലാതായി.

ഇങ്ങനെ ഒരു ഗിഫ്റ്റ് വാങ്ങി തന്ന് തന്റെ മനസ്സ് പകരം ചോദിക്കാനുള്ള പ്ലാൻ ആണെങ്കിൽ അത് വിട്ടു കൊടുക്കില്ല എന്ന് അവളുടെ അകത്തിരുന്നു ആരോ പറയുന്നുണ്ടായിരുന്നു. അതിനായുള്ള പ്രതിരോധശേഷി നേടാൻ അവളുടെ അന്തഃരംഗം തയ്യാറെടുത്തിരുന്നു. പക്ഷേ ഓർക്കാപ്പുറത്തെ ഒരു ചുംബനത്തിൽ അതെല്ലാം അവളുടെ ഉള്ളിൽ നിന്നും ഓടി ഒളിച്ചു.

തിരിച്ചു റൂമിലെത്തിയ അവൾ മറ്റൊരു വ്യക്തിയായി മാറിക്കഴിഞ്ഞിരുന്നു. ഇനി എന്താണ് ചെയ്യേണ്ടത് എന്നറിയാതെ നിലക്കണ്ണാടിയുടെ മുന്നിൽ അവൾ നിന്നു.

ഈ നിമിഷം തീരുമാനിക്കണം ഇനി എന്ത് വേണമെന്ന്. അടുത്ത ചുംബനത്തിന്റെ ഇടവേളയിലാണ് താനിപ്പോൾ ഉള്ളത്. എത്രയും പെട്ടെന്ന് ഇവിടെ നിന്നും തിരിച്ചു പോകാം അതാണ് നല്ലത്.

സിത്താര വേഗം തന്നെ വസ്ത്രങ്ങളെല്ലാം ബാഗിൽ ഒതുക്കി വയ്ക്കാൻ തുടങ്ങി. എങ്ങോട്ടു പോകും? അവൾ ഒരു നിമിഷം ചിന്തിച്ചു എംബസിയിലേക്കു പോകാം. മറ്റൊരു തൊഴിൽ ലഭിക്കുന്നതുവരെ അവർ സഹായിക്കുമായിരിക്കും.

മറ്റെന്തു ജോലിയാണ് തനിക്കിവിടെ കിട്ടുക? ഇനി ജോലി കിട്ടിയാൽ തന്നെ അവിടെയും സിദ്ധിഖുമാരും സൈദുമാരും ഉണ്ടാവില്ലെന്നാരു കണ്ടു? നാട്ടിലേക്ക് പോവുകയാണെങ്കിലോ? അച്ഛൻ ഉണ്ടാക്കിയ കടമെല്ലാം ആരുവിട്ടും? ഏതോ ലോറിയിൽ ക്ലീനറായി നിൽക്കുന്ന തന്റെ സഹോദരനോ?

എന്ത് ചെയ്യണം എന്നറിയാതെ സിത്താര കട്ടിലിൽ ചെന്നിരുന്നു. തൽക്കാലം എടുത്തുചാട്ടമൊന്നും വേണ്ട. അവൾ വയലിൻ പതിയെ എടുത്തു അതിന്റെ തന്ത്രികളിൽ ഉമ്മവച്ചു.

ദിവസങ്ങൾ നീങ്ങവേ സിത്താരയുടെ മനസ്സിലെ അസ്വസ്ഥതകൾ എല്ലാം ഒഴിഞ്ഞുപോയി. സൈദുമായി സംസാരിക്കുന്നതിനോ അയാളോടൊപ്പം പുറത്തുപോകുന്നതിനോ യാതൊരു മടിയും കുറ്റബോധവും ഇല്ലാതായി. ആര് കണ്ടാലും ഒന്നുമില്ലെന്ന തോന്നൽ.

എവിടെ നിന്നാണ് ഇത്ര ധൈര്യം തനിക്കു വന്നതെന്ന് അവൾ തന്നെ ചിന്തിച്ചു നോക്കി. സൈദിനെ കാണുവാനും സ്വന്തമാക്കുവാനുമാണ് താൻ കടൽ കടന്നു വന്നത് എന്നും ഇത് എഴുതപ്പെട്ട നിയോഗമാണെന്നും അവൾ വിശ്വസിച്ചു.

മലയാളത്തിലെ കവികളെയും എഴുത്തുകാരേയും പ്രകൃതിഭംഗിയെയും പ്രണയത്തിൽ ചാലിച്ച് സിത്താര സൈദിന് നുകരാൻ കൊടുത്തു. ഏതൊരു കാമുകിയേക്കാളും മനോഹാരിയായി സൈദിനെ പ്രണയിക്കാൻ സിത്താര പഠിച്ചു. ഏതൊരു മലയാളിയേക്കാളും മനോഹരമായി മലയാളം പറയാൻ സൈദും പഠിച്ചു.

എട്ട്

"ആരൊരാളെൻ കുതിരയെ കെട്ടുവാൻ,
ആരൊരാളതിൻ മാർഗം മുടക്കുവാൻ,
ദിഗ്വിജയത്തിലെൻ സർഗ്ഗ ശക്തിയാമി
ക്കുതിരയെ വിട്ടയയ്ക്കുന്നു ഞാൻ."

മണലിൽ വിരിച്ച പരവതാനിയിൽ ഇരുന്ന് അതിമനോഹരമായി സൈദ് വയലാറിന്റെ അശ്വമേധം ആലപിക്കുകയാണ്. അതിന്റെ സുഖത്തിൽ അയാളുടെ മടിയിൽ തല വച്ച് കിടക്കുകയാണ് സിത്താര. സൈദ് അവളുടെ തലയിലൂടെ വിരലോടിച്ചു കവിത അവസാനിപ്പിച്ചു.

നേർത്ത മഞ്ഞിൻകണങ്ങൾ വാഹനത്തിന്റെ ഗ്ലാസിലും ടെന്റിന്റെ അരികുകളിലും പറ്റിപ്പിടിച്ചു നിൽക്കുന്നു.

"കവിത കേൾക്കുമ്പോൾ ഞാൻ എവിടെ ആയിരുന്നെന്നോ?" സിത്താരയുടെ ചോദ്യം കേട്ട് സൈദ് അവളുടെ മിഴികളിലേക്കു നോക്കി.

"പച്ച വിരിച്ച വിശാലമായ പാടവരമ്പിലൂടെ ഇങ്ങനെ നടക്കുകയായിരുന്നു. അങ്ങകലെ അയ്യപ്പൻ കാവിൽ ഉത്സവത്തിനുള്ള പറ പുറപ്പാട് കേൾക്കാം. ഒരു വെളിച്ചപ്പാടും ശിങ്കിടികളും കാൽച്ചിലമ്പു കിലുക്കി പള്ളിവാളുമായി എതിരെ വരുന്നുണ്ട്."

"മതി പറഞ്ഞു കൊതിപ്പിച്ചത്." സൈദിന് ശുണ്ഠി കയറി.

"ഒന്ന് കൂടെ വന്നൂടെ? എത്ര കാലമായി വിളിക്കുന്നു?"

"എന്ത് പറഞ്ഞിട്ടാ ഞാൻ നിന്റെ കൂടെ വരിക?"

"എന്റെ കെട്ട്യോൻ എന്ന് പറഞ്ഞിട്ട്."

"നിന്റെ വീട്ടുകാർ സമ്മതിക്കുമോ?"

"പിന്നില്ലേ അവർക്കൊക്കെ സന്തോഷമാകും."

''നാട്ടിൽ അതൊരു വാർത്ത ആവില്ലേ?''

''ആവണമല്ലോ. പിന്നെ ഞങ്ങടെ നാട്ടിലൊക്കെ പണ്ടും ഉണ്ടായിരുന്നു അറബിക്കല്യാണം.''

''അതുപോലെ ആണോ ഇത്?''

''അതുപോലെ ആവരുതെന്നാണ് പ്രാർത്ഥന.'' അവൾ സൈദിന്റെ കൈ പിടിച്ചു ചുംബിച്ചു.

''ഒരിക്കലും ആവില്ല. എന്നും കൂടെ ഉണ്ടാവും.'' സൈദ് അവളുടെ നെറ്റിയിൽ ഉമ്മവച്ചു.

''പിന്നെ ഈ വേഷമൊക്കെ മാറ്റിയാൽ ആരും പറയില്ല അറബിയാണെന്ന്.''

''നീ വരുന്നതിനു മുന്നേ തന്നെ എനിക്ക് കേരളത്തെ ഇഷ്ടമായിരുന്നു. ഞാൻ ഒരുപാട് സിനിമകൾ കണ്ടിട്ടുണ്ട്. ഒത്തിരി പാട്ടുകൾ കേട്ടിട്ടുണ്ട്. പിന്നെ എനിക്കൊരു നല്ല മലയാളി സുഹൃത്തും ഉണ്ടായിരുന്നു.''

''ആൺസുഹൃത്തോ പെൺസുഹൃത്തോ.'' ഞെട്ടിപ്പിടഞ്ഞു എഴുന്നേറ്റ സിത്താര ചോദിച്ചു.

പുഞ്ചിരിച്ചുകൊണ്ട് സൈദ് പറഞ്ഞു. ''ആൺസുഹൃത്ത് കോഴിക്കോട്ടുകാരൻ ഉസ്മാൻ.''

സൈദിന്റെ മുഖം വാടുന്നതു കണ്ട് കാര്യമറിയാതെ സിത്താര നോക്കി.

''എന്റെ പഴയ ഡ്രൈവറായിരുന്നു. ഞങ്ങൾ ഒന്നിച്ചു അലൈനിലേക്കു പോകുമ്പോൾ ഒരു ആക്സിഡന്റിൽ അവൻ മാത്രം...''

''മതി നമുക്ക് പോകണ്ടേ? അർബാബ് ഇപ്പൊ തന്നെ...''

സിത്താര വിഷയം മാറ്റാൻ വേണ്ടി പറഞ്ഞു.

''എന്തായാലും ഒരിക്കൽ എല്ലാവരും അറിയും. എന്റെ മോള് കുടിക്കാൻ എന്തെങ്കിലും എടുക്കൂ.''

സിത്താര ജഗ്ഗിൽ നിന്നും പാനീയം ഒരു ഗ്ലാസിൽ ഒഴിച്ച് തിരിച്ചു വരുന്ന സമയത്തു സൈദ് ഖസാക്കിന്റെ ഇതിഹാസം എടുത്തു വായിക്കാൻ തുടങ്ങുകയായിരുന്നു.

കാവയുമായി വരുന്ന സിത്താര ബുക്ക് വാങ്ങിക്കൊണ്ടു പറഞ്ഞു, ''ഞാൻ ഉള്ളപ്പോൾ വായിക്കാൻ ഇരിക്കരുതെന്നു പറഞ്ഞിട്ടില്ലേ?''

''ഇത് വായിച്ചിട്ട് എനിക്ക് ശരിക്കും അങ്ങോട്ട് മനസ്സിലാകുന്നില്ല.''

‘‘ഞാൻ പറഞ്ഞിട്ടില്ലേ അതൊക്കെ അവസാനമേ വായിക്കാവൂ എന്ന്. മലയാളികൾക്ക് തന്നെ പലവട്ടം വായിച്ചിട്ടാണ് അത് ശരിക്കും മനസ്സിലാവുന്നത്. ഓരോ തവണ വായിക്കുമ്പോഴും ഓരോ ഫീൽ ആണ്.’’

സിത്താര ബുക്ക് എടുത്തു ബാഗിൽ വച്ചു

‘‘സത്യം... മൈമൂനയും അള്ളാപ്പിച്ചാ മൊല്ലാക്കയും ഒക്കെ എന്റെ കൂട്ടുകാരാണിപ്പോൾ. ഞാൻ ഇടയ്ക്കു രാത്രിയിൽ തസ്രാക്കിൽ പോകാറുണ്ട്.’’

അതിശയത്തോടെ സിത്താര അയാളെ ഒന്ന് നോക്കി ആകാശത്തേക്ക് വിളിച്ചു ചോദിച്ചു.

‘‘എന്റെ ദൈവമേ, മലയാളത്തെയും കേരളത്തെയും ഇത്രയ്ക്കധികം സ്നേഹിക്കുന്ന ഒരു അറബി വേറെ ഉണ്ടാവുമോ?’’

സിത്താരയെ ചേർത്ത് പിടിച്ചു കൊണ്ട് സൈദ് കൂട്ടിച്ചേർത്തു.

‘‘എന്റെ സിത്താരക്കുട്ടിയെയും.’’

അയാൾ അവളെ ഇറുകെപ്പുണർന്നു ചുംബിക്കാൻ ശ്രമിക്കവേ അകലെ ഏതോ പള്ളിയിൽ നിന്നും സുബിഹി ബാങ്കിന്റെ അലയൊലികൾ കേൾക്കാൻ തുടങ്ങി.

‘‘മതി, നമുക്ക് പോകാം.’’ സിത്താര എഴുന്നേൽക്കാൻ ശ്രമിച്ചു. അയാൾ പ്രണയതീവ്രതയോടെ അവളെ നോക്കി.

‘‘ദേ അറബിച്ചെക്കാ, കളിക്കല്ലേ. നല്ല അടി വച്ച് തരും ഞാൻ.’’

മനസ്സില്ലാമനസ്സോടെ സൈദ് എഴുന്നേറ്റു.

നേർത്ത മഞ്ഞിൽ മരുഭൂമിയുടെ ഇരുണ്ട വിശാലതയെ തുളച്ചു കൊണ്ട് സൈദിന്റെ വാഹനം തിരിച്ചു യാത്രയായി.

ഒമ്പത്

"യ്ക്ക് ആലോചിച്ചിട്ട് ഒരു പിടിത്തവും കിട്ടുന്നില്ല അബുക്ക.''

സിദ്ധിഖ് പിരിവെട്ടിയവനെപ്പോലെ അബുക്കയുടെ റൂമിലിരുന്നു പറഞ്ഞു.

''എന്താ സിദ്ധിഖേ, കുടുംബത്തിൽ വല്ല പ്രശ്നവും?''

നമസ്കാരശേഷം മുസല്ലയിൽ തിരിഞ്ഞിരുന്നുകൊണ്ട് അബുക്ക ചോദിച്ചു.

''കുടുംബത്തിൽ ഉണ്ടാവുന്ന ഒരു പ്രശ്നം പോലെതന്നെ അല്ലേ ഈ പ്രശ്നവും? ഇതൊക്കെ കണ്ടിട്ട് മിണ്ടാതെ നടക്കാൻ ഇങ്ങക്ക് എങ്ങനെ സാധിക്കുന്നു അബുക്ക?''

''ഇയ്യ് എന്നേക്കാൾ കുറച്ചു കൂടി ചെറുപ്പം ആയതു കൊണ്ടുള്ള ഇടങ്ങേറാണ് സിദ്ധിഖേ. അഞ്ചു നേരോം നിസ്കരിച്ചു നോക്കിക്കേ മനസ്സമാധാനം കിട്ടും.''

മുസല്ല മടക്കികൊണ്ടു അബുക്ക പറഞ്ഞു.

''ആ പെണ്ണിന് അതിനുള്ള ബോധം ഇല്ല. നമ്മള് വേണ്ടേ അതൊക്കെ പറഞ്ഞു മനസ്സിലാക്കി കൊടുക്കാൻ.''

''ഈ മുഹബത്തു എന്ന് പറഞ്ഞ സാധനം ഉണ്ടല്ലോ സിദ്ധിക്കേ, അത് ചക്കേടെ മോളഞ്ഞി പോലെയാണ്. ഒട്ടിയാൽ എന്ത് ഉപദേശിച്ചിട്ടും മേത്തുന്നു പോവൂല.''

അബുക്ക വർക്കിംഗ് ഡ്രസ്സ് ഇടുന്നതിനിടയിൽ പറഞ്ഞു.

''അവൾക്കെന്താ പ്രേമിക്കാൻ മലയാളിയെ ഒന്നും കിട്ടിയില്ലേ?''

സിദ്ധിഖ് പിറുപിറുത്തു.

''പ്രേമിക്കുമ്പോ രാജാവാണോ അടിമയാണോ എന്നൊക്കെ ആര് നോക്കാനാ സിദ്ധിക്കേ? ഇനിയൊക്കെ ഓൾടെ വിധിപോലെ.''

അയാൾ പ്രഭാത ഭക്ഷണം തയ്യാറാക്കാൻ വേണ്ടി അടുക്കളയിലേക്കു നടക്കാൻ തുടങ്ങി.

ലോകത്തോട് മുഴുവനും ഉള്ള അമർഷത്തോടെ സിദ്ധിഖ് ഉമ്മറത്തേക്കു നടന്നു. കാറിൽ മുഴുവൻ പൊടി കയറിയിരിക്കുകയാണ്. തന്റെ മനസ്സുപോലെ അയാൾ കാറുകഴുകാൻ തീരുമാനിച്ചു അപ്പോഴാണ് ചെടി നനക്കുവാൻ സിത്താര വരുന്നത്.

''ഈ അടുത്ത കാലത്തായി ഉറക്കക്ഷീണം വല്ലാതെ ഉണ്ടല്ലോ. ഞങ്ങളൊന്നും അറിയുന്നില്ലെന്നു കരുതണ്ട കേട്ടോ.''

സിദ്ധിഖ് മുരണ്ടു.

സിത്താര അത് ശ്രദ്ധിക്കാതെ തന്റെ പ്രവൃത്തി തുടർന്നു.

''അല്ലെങ്കിലേ മലയാളികളെക്കുറിച്ച് ഇവിടെ പൊതുവെ നല്ല അഭിപ്രായമല്ല. ഓരോ തോന്നിവാസം ചെയ്തു വച്ച് എല്ലാവരുടെയും പണി കളയുവാനായി കുറെ എണ്ണം.''

''ഞാൻ കാരണം നിങ്ങൾക്കു ഒരു കുഴപ്പോം, ഉണ്ടാവില്ല പോരെ?''

''നമ്മള് മുട്ടിയപ്പഴാ വീര്യം ഉള്ളൂ. അറബികൾക്കുവേണ്ടി...''

അത് പറഞ്ഞു മുഴുവനാക്കുന്നതിനു മുൻപ് അഹ്മദ് പുറത്തേക്കു വന്നു.

''സലാം അലൈയ്ക്കും അർബാബ്.'' സിദ്ധിഖ് അറബിയോട് സലാമ് പറഞ്ഞു.

''അലൈക്കും സലാമ്.''അഹ്മദ് സിത്താരയെ ഒന്ന് കാര്യമായി നോക്കി കാറിൽ കയറി. സിദ്ധിക്ക് വാഹനം സ്റ്റാർട്ട് ചെയ്തു.

ആശ്വാസത്തോടെ സിത്താര അകത്തേക്ക് നടന്നു.

സൈദ് എഴുന്നേറ്റിട്ടുണ്ടാവില്ല. ഇനിയും ഉറങ്ങിയാൽ അയാളുടെ ഇന്നത്തെ പ്ലാനിങ് ഒക്കെ തെറ്റും. സിത്താര സൈദിന്റെ റൂമിലേക്ക് ചെന്നു. രാത്രി മുഴുവൻ കവിതയും കഥയുമായി ഈ പാവത്തിനെ ഉറക്കാതെ ഇപ്പോ കിടന്നു ഉറങ്ങുന്നത് കണ്ടോ. അങ്ങനെ ഇപ്പൊ മോൻ സുഖിക്കണ്ട. അവൾ സൈദിനെ കുലുക്കി ഉണർത്താൻ ശ്രമിച്ചു

''എണീൽക്ക്. മതി ഇന്ന് സൈറ്റിലൊക്കെ പോകാനുള്ളതല്ലേ.''

സൈദ് പതിയെ കണ്ണ് തുറന്ന് അവളെ കിടക്കയിലേക്ക് വലിച്ചിടാൻ ശ്രമിച്ചു. അതിൽ നിന്നും നാടകീയമായി ഒഴിഞ്ഞു മാറി അവൾ പറഞ്ഞു: ''ഞാൻ ചായ കൊണ്ടു വരാം.''

''എന്താ അബുക്ക ഇങ്ങനെ നോക്കുന്നത്?'' സൈദിനുള്ള ചായ ഗ്ലാസിൽ ഒഴിക്കവേ സിത്താര ചോദിച്ചു.

''എന്താരുന്നു ഇവിടെ വന്ന നാളിലൊക്കെ ഉള്ള അവസ്ഥ. ഇപ്പൊ എന്താ മാറ്റം?''

‘‘കാലം മാറുകയല്ലേ അബുക്ക.’’ സിത്താര പഞ്ചസാര അല്പം കൂടുതൽ ചായയിൽ ഇട്ടു ഇളക്കാൻ തുടങ്ങി.

‘‘പക്ഷേ, എനിക്കെന്തോ ഇതൊക്കെ കാണുമ്പോൾ വല്ലാത്ത ഒരു ആധിയാണ് മോളെ തോന്നുന്നത്.’’

‘‘അബുക്ക ഉള്ള മൂഡ് കളയല്ലേ... ഞാൻ പ്രതി നിങ്ങൾക്കാർക്കും ഒരു കുഴപ്പവും ഉണ്ടാവില്ല, പോരെ...?’’

‘‘എന്തൊക്കെ പറഞ്ഞാലും നമ്മള് ഇവിടെ ജോലിക്കു വന്ന വരാണ്. ഇവിടന്നു കിട്ടുന്ന സ്നേഹമൊന്നും ശാശ്വതമല്ല. മോൾക്ക് അത് അറിയാഞ്ഞിട്ടാണ്. കറിവേപ്പില പോലെ നമ്മളെ അവർ വലി ച്ചെറിയും. അതുകൊണ്ട് എപ്പോഴും ശ്രദ്ധിക്കണം.’’

അയാളുടെ ഉപദേശം കേട്ട് നിൽക്കാൻ നേരമില്ല എന്ന ഭാവ ത്തിൽ സിത്താര പറഞ്ഞു.

‘‘ഞാൻ സൈദിന് ചായ കൊണ്ടു പോയി കൊടുക്കട്ടെ. അല്ലെ ങ്കിൽ ഇപ്പൊ തുടങ്ങും വിളിച്ചു കൂവൽ. തിരിച്ചു വന്നിട്ട് കേൾക്കാം കേട്ടോ.’’

അവളുടെ പോക്കു കണ്ട് ദീർഘനിശ്വാസം വിട്ട് അബുക്ക സ്വയം പറഞ്ഞു

‘‘ഒരു സാധു പെൺകുട്ടിയാണ് പടച്ചോനേ. നീ കാത്തോളണേ.’’

പത്ത്

സൈദ് ലണ്ടനിലേക്ക് പോയിട്ട് ഒരാഴ്ച കഴിയുന്നു. എത്രയും വേഗം തിരിച്ചു വരാം എന്ന് പറഞ്ഞ് അവൻ തന്ന ചുംബനത്തിന്റെ തിണർപ്പ് ഇപ്പോഴും സിത്താരയുടെ മനസ്സിലുണ്ട്. പ്രണയത്തിന് ആഴം കൂടിയ ശേഷം ഇത് രണ്ടാം തവണയാണ് ഇങ്ങനെ മാറി നിൽക്കുന്നത്. ആദ്യ തവണയേക്കാളും ദിവസങ്ങൾക്കു നീളം കൂടുന്നത് സിത്താര ശ്രദ്ധിച്ചു. എപ്പോഴും ഫോൺ വിളിക്കാൻ പറ്റില്ല. ബിസിനസ് മീറ്റിങ്ങാണ് എന്നൊക്കെ പറഞ്ഞിട്ടാണ് പോയതെങ്കിലും ഒഴിവു കിട്ടുമ്പോഴൊക്കെ സിത്താര അയാളെ വിളിച്ചു.

സിദ്ധിഖിന്റെ കാറിൽ സൂപ്പർമാർക്കറ്റിലേക്കു പോകുവാൻ വേണ്ടി അവൾ പുറത്തിറങ്ങുകയാണ്. സൈദിന് ഒന്ന് വിളിച്ചു നോക്കി. കിട്ടാതെ വന്നപ്പോൾ അവൾ കാറിൽ കയറി ഇരുന്നു.

''അർബാബ് അറിയുന്നുണ്ട് നിങ്ങളുടെ കളി. ഞാനാ ഒരുവിധം പറഞ്ഞു സമാധാനപ്പെടുത്തുന്നത്.''

''അല്ലെങ്കിലും ഒരു മലയാളി തന്നെയാണ് ഇവിടെ മറ്റൊരു മലയാളിക്ക് ഉപകാരം ചെയ്യുക.''

''അത് തനിക്കിട്ടു ഒന്ന് വച്ചതാണെന്നു തോന്നുന്നു.''

സിദ്ധിഖിനൊപ്പം സൂപ്പർമാർക്കറ്റിലേക്കു പോവുക എന്നുള്ളത് ഒരു ചടങ്ങാണ്. അയാളുടെ വായിലുള്ളത് മുഴുവൻ കേൾക്കണം. ഒട്ടും കുറയാതെ തന്നെ മറുപടി പറയുമെങ്കിലും വല്ലാത്തൊരു വിമ്മിഷ്ടമാണ് ഉണ്ടാകുക. അയാളെക്കുറിച്ച് സൈദിനോട് പറഞ്ഞാലോ എന്ന് പല തവണ ചിന്തിച്ചതാണ്. എന്നിട്ടും മൗനം പാലിച്ചു.

''ഇയ്യ് ഉള്ളിലെന്തോ വച്ചുകൊണ്ടു പറയുന്നപോലെ?'' സിദ്ധിഖ് ചോദിച്ചു.

''അല്ല ഇക്ക, ഇങ്ങള് എന്റെ നന്മയെ കരുതിയല്ലേ അർബാബിനോട് പറയുന്നത്. അതിന്റെ സന്തോഷം പങ്കുവച്ചതാണ്.''

സിദ്ധിഖ് സിത്താരയുടെ വാക്കുകളുടെ ആഴം ഒന്ന് പരിശോധിക്കാൻ ശ്രമിച്ചു പരാജയപ്പെട്ടും വീണ്ടും ചോദിച്ചു.

''നീ എന്തിനാ സൈദിന് മലയാളമൊക്കെ പഠിപ്പിച്ചു കൊടുക്കുന്നത്. മനുഷ്യന് മനസ്സമാധാനത്തിനു രണ്ടു തെറി വിളിക്കാൻ പറ്റാതെ ആയി.''

''ഞാൻ പഠിപ്പിച്ചതൊന്നുമല്ല. അതിനു മുൻപേ കുറച്ചൊക്കെ മൂപ്പർക്ക് അറിയാമായിരുന്നു.'' സിത്താര മറുപടി പറഞ്ഞു.

''അല്ല എന്താ ഉദ്ദേശ്യം? അയാള് നിന്നെ കെട്ടും എന്ന് കരുതുന്നുണ്ടോ?'' സിദ്ധിഖ് പരിഹാസഭാവത്തിൽ ചോദിച്ചു.

''ഉറപ്പായും കെട്ടും.''

സിത്താരയുടെ മറുപടി കേട്ട് സിദ്ധിഖ് പൊട്ടിച്ചിരിച്ചു.

പിന്നീട് കുറച്ചു നേരം അയാൾ ഒന്നും മിണ്ടിയില്ല. കണ്ണാടിയിലൂടെ അയാളുടെ കണ്ണുകളിലെ ഭാവം സിത്താര ശ്രദ്ധിച്ചു.

സൈദിനെക്കുറിച്ചു ഓർത്തുകൊണ്ട് സിത്താര മിഴിയടച്ചിരുന്നു. അല്പം കഴിഞ്ഞ് അവൾ കണ്ണ് തുറന്നു നോക്കി. പതിവിനു വിപരീതമായി വാഹനം മറ്റൊരു റോഡിലേക്ക് കയറിയിരിക്കുന്നു. എന്തോ തീരുമാനിച്ചു ഉറപ്പിക്കുന്ന പോലെ സിദ്ധിഖ് വാഹനം ഓടിക്കുകയാണ്.

''ഇത് എങ്ങോട്ടാണ്?'' പരിഭ്രമത്തോടെ സിത്താര ചോദിച്ചു.

കാറ് ഒരു പഴയ കെട്ടിടത്തിന് മുന്നിൽ നിറുത്തിയ ശേഷം പതിയെ തിരിഞ്ഞു നോക്കിക്കൊണ്ട് സിദ്ധിഖ് പറഞ്ഞു.

''ഇവിടെ എന്റെ ഒരു സുഹൃത്തിന്റെ ഒരു റൂം ഉണ്ട്. നമുക്കൊന്ന് അവിടെ കയറിയിട്ടു പോകാം.''

''നിങ്ങൾ പോയി വരൂ.''

''അതല്ല, നമുക്ക് അവിടെ ഒന്ന് കയറിയിട്ട് പോകാം.''

''എന്തിന്?''

''അവിടെ ഇപ്പോൾ ആരും കാണില്ല. താക്കോൽ എന്റെ കൈവശമുണ്ട്.''

സിത്താര സിദ്ധിഖിനെ മിഴിച്ചു നോക്കി. അയാൾ വിയർക്കുന്നുണ്ടായിരുന്നു

''ഞാനും ഒരു ആണല്ലേ മോളേ. മാത്രവുമല്ല കുറെ കാലമായി ഭാര്യയെ കാണാതെ ഇരിക്കുന്നവൻ. എനിക്കും ഉണ്ടാകില്ലേ മോഹങ്ങളൊക്കെ.''

അയാളുടെ വാക്കുകൾ വിറയ്ക്കുന്നുണ്ടായിരുന്നു.

സിത്താര പരിഭ്രമിച്ചു.

അയാൾ കാറിൽ നിന്നും ഇറങ്ങി സിത്താരയ്ക്ക് ഇറങ്ങാൻ ഡോർ തുറന്നു പിടിച്ചു. അവൾ ഇറങ്ങുന്നില്ലെന്നു കണ്ട സിദ്ധിഖ് അല്പം ഗൗരവത്തിൽ പറഞ്ഞു.

''സൈദുമായുള്ള നിന്റെ കളിയൊക്കെ ഇല്ലാതാക്കാൻ ഞാൻ തീരുമാനിച്ചാലും മതി. അറിയാമല്ലോ. അർബാബ് ഇപ്പോഴും ഗൗരവത്തിൽ കാര്യങ്ങൾ അറിഞ്ഞിട്ടില്ല. തൽക്കാലം അതിനൊന്നും ഞാൻ നിൽക്കുന്നില്ല. ഒന്ന് ഇറങ്ങി വാ.''

സിത്താര ഒരു നിമിഷം ശങ്കിച്ച് പിന്നെ പതിയെ പുറത്തേക്ക് ഇറങ്ങി.

''പടച്ചോനേ ഒത്തു എന്നാ തോന്നുന്നേ. ഇതെന്തേ എനിക്ക് നേരത്തെ തോന്നാഞ്ഞേ?''

സിദ്ധിഖ് ദൈവത്തിനോട് മനസ്സിൽ നന്ദി പറഞ്ഞു.

ഇറങ്ങിയപാടെ റോഡിനു വശത്തേക്ക് അവൾ നടന്നു. പിന്നെ മറ്റൊരു ടാക്സിക്ക് കൈ കാണിച്ചു. അത് കണ്ടു ഞെട്ടിയ സിദ്ധിഖ് സിത്താരയോട് പറഞ്ഞു.

''പൊന്നുമോളെ ചതിക്കല്ലേ. ഞാൻ വണ്ടി എടുത്തോളാം കയറിക്കോ.''

പതിനൊന്ന്

"**സൈ**ദ് പറയണത് ഞമ്മക്ക് മനസ്സിലാവും. ആ തന്തയും തള്ളയും അടക്കം അതുതന്നെ പറഞ്ഞാ എന്താ ചെയ്യാ."

സിത്താര അടുക്കളയിൽ എത്തിയ പാടെ അബുക്കയുടെ ചോദ്യം അതായിരുന്നു.

ഇനി എന്ത് പുകിലാണ് ദൈവമേ എന്ന മട്ടിൽ സിത്താര ചോദിച്ചു: "എന്താണ് അബുക്ക?"

"മിക്കവാറും എന്റെ പണി നീ കളയും. അതുതന്നെ."

സിത്താരയ്ക്ക് നേരിയ ഭയം ഉണ്ടാക്കി.

"നിന്റെ കൈപ്പുണ്യം എനിക്ക് ഇല്ലത്രെ." അബുക്ക പെട്ടന്നാണ് പുഞ്ചിരിയോടെ അങ്ങനെ പറഞ്ഞത്.

"ഒന്ന് പോ ഇക്ക, ഇങ്ങള് വച്ചത് നോക്കി അല്ലേ ഞാൻ ഓരോന്ന് ഉണ്ടാക്കാൻ പഠിച്ചത്." സിത്താര പുഞ്ചിരിച്ചു.

"ഇങ്ങനെ പഠിക്കേണ്ടിയിരുന്നില്ല. സൈദ് എന്ന് വരുമെന്നാണ് പറഞ്ഞത്?" അബുക്ക ചോദിച്ചു.

"എന്താ സൈദിന്റെ കാര്യം എല്ലാം ഞാനാണോ നോക്കുന്നത്?" സിത്താര അല്പം ചൊടിച്ചുകൊണ്ടു തിരിച്ചു ചോദിച്ചു.

"എന്തിനാ മോളെ ഇനിയും ഒളിച്ചുകളി? ഈ വീട്ടിൽ ആർക്കാണ് ഇതൊക്കെ അറിയാത്തത്?"

ചെറിയൊരു ഉൾപ്പുളകത്തോടെയാണ് സിത്താര അതുകേട്ട് നിന്നത്.

അബുക്ക ഒരു അറബിക് ഫുഡ് ഉണ്ടാക്കുവാനുള്ള ശ്രമം തുടങ്ങുകയായിരുന്നു. അതിന്റെ മണം എന്തുകൊണ്ടോ അവൾക്കു ഉൾക്കൊള്ളാൻ കഴിഞ്ഞില്ല. അവൾക്ക് മനം പുരട്ടുവാൻ തുടങ്ങി. ഓടിച്ചെന്ന് ഈത്തമരത്തിന്റെ ചുവട്ടിൽ ഛർദ്ദിക്കാൻ തുടങ്ങി. അത്

കണ്ടുകൊണ്ടാണ് തള്ള അങ്ങോട്ട് വന്നത്. അവർ സിത്താരയുടെ മുഖത്തേക്ക് സൂക്ഷിച്ചു നോക്കി.

''ഇനി എന്താ നിന്റെ പ്ലാൻ?'' വാഹനം ഓടിക്കവേ സിദ്ധിഖ് ചോദിച്ചു.

''സൈദ് എന്നെ കയ്യൊഴിയില്ല.'' അവൾ ആത്മവിശ്വാസത്തോടെ പറഞ്ഞു.

അതുകേട്ട് സിദ്ധിഖ് പുച്ഛത്തോടെ ചിരിച്ചു.

താൻ ഒരു അറബിക്കുഞ്ഞിന്റെ അമ്മയാവാൻ പോകുന്നു. സിത്താര ആഹ്ലാദം കൊണ്ട് വീർപ്പുമുട്ടി.

ഹോസ്പിറ്റലിൽ നിന്നും സിദ്ധിഖിന്റെ കാറിൽ വരുന്നവഴി സിത്താര സൈദിനെ വിളിക്കാൻ ശ്രമിച്ചുകൊണ്ടിരുന്നു. പക്ഷേ കിട്ടുന്നുണ്ടായിരുന്നില്ല. ഒരുവശത്തു സന്തോഷം ഉണ്ടെങ്കിലും മറു വശം ശൂന്യമായി കിടക്കുകയായിരുന്നു. ഇനി എങ്ങനെയാവും ഭാവി കാര്യങ്ങൾ? സൈദിന്റെ ഉപ്പയും ഉമ്മയും വിവാഹത്തിന് സമ്മതി ക്കുമോ? ഇവിടത്തെ രീതി വച്ച് ഒരു മലയാളിപെണ്ണിനെ അറബി വിവാഹം കഴിക്കുമോ? അങ്ങനെ സംഭവിച്ചിട്ടുണ്ടോ? സിത്താരയ്ക്ക് ഒരു എത്തും പിടിയും കിട്ടിയില്ല.

''നൂറായിരം ആവൃത്തി പറഞ്ഞതാണ്. അപ്പൊ കേട്ടോ? മലയാ ളികളുടെ ഒന്നും... എന്നെക്കൊണ്ടൊന്നും പറയിപ്പിക്കണ്ട.'' സിദ്ധിഖ് തുടങ്ങിക്കഴിഞ്ഞു.

''മാന്യം മരിയാതയ്ക്ക് പണീടുത്തു കഴിയുന്ന പെണ്ണുങ്ങൾക്ക് നാണക്കേടുണ്ടാക്കാനായിട്ട്...'' അയാൾ മുറുമുറുക്കുന്നു.

മറുപടിയൊന്നും പറയാതെ സിത്താര മുഖം കുനിച്ചു ഇരുന്നു.

''നീ ഇവിടെ വന്നത് കുട്ടിയെ ഉണ്ടാക്കാനല്ല പണിയെടുത്തു പത്തു കാശുണ്ടാക്കാനാണ്. ആ... പറഞ്ഞിട്ടിനി കാര്യമൊന്നുമില്ല. ഞങ്ങടെ കൈയിലൊരു കുറ്റവുമില്ല മരിയാതയ്ക്ക് പറഞ്ഞതാണ് ഇത് തീക്കളി ആണ് തീക്കളി ആണെന്ന്. ഇനി മോള് അനുഭവിച്ചോ.''

ഇതിൽക്കൂടുതൽ പ്രതീക്ഷിച്ചിരുന്നതിനാൽ സിത്താര മറുപടി പറയാതെ കേട്ടിരുന്നു.

അവൾക്കു സൈദിനെ വിശ്വാസമായിരുന്നു. ഗർഭിണി ആകു മെന്നും മാന്യമായി വിവാഹം കഴിച്ചു കുഞ്ഞുങ്ങളുമായി ജീവിക്കാം എന്നും വാക്ക് തന്നിട്ടുള്ളതാണ്. മറ്റെന്തിനേക്കാളും ആ വാക്കിൽ സിത്താരയ്ക്ക് സംശയം ഉണ്ടായിരുന്നില്ല.

കാറ് വീട്ടിലേക്ക് പ്രവേശിക്കവെ അഹ്മദും ഭാര്യയും പുറത്തേക്ക് ഇറങ്ങി വന്നു. അവർ വാഹനത്തിന് അടുത്തു വന്നു. പിൻസീറ്റിൽ ചൂളിപ്പിടിച്ചു ഇരിക്കുന്ന സിത്താരയെ നോക്കി. എന്നിട്ടു സിദ്ധിഖിന്റെ മുഖഭാവം ശ്രദ്ധിച്ചു. സിദ്ധിഖ് അതെ എന്ന് തലയാട്ടി. സിദ്ധിഖ് പുറത്തിറങ്ങി.

എന്താണ് സംഭവിക്കുക എന്നറിയാതെ സിത്താര കാറിൽ തന്നെ ഇരുന്നു. സിദ്ധിഖും അറബിയും ഭാര്യയും മാറിനിന്നു സംസാരിക്കുന്നത് നോക്കിയിരുന്ന സിത്താര പതിയെ പുറത്തിറങ്ങി. പിന്നെ വരുന്നിടത്തു വച്ച് കാണാം എന്ന ഭാവത്തിൽ റൂമിലേക്ക് നടന്നു.

അബുക്ക അവളുടെ വരവുകണ്ട് സംശയത്തോടെ നോക്കി. ഒന്നും മിണ്ടാതെയുള്ള അവളുടെ നടപ്പു കണ്ടപ്പോൾ തന്നെ അബുക്ക മനസ്സിൽ പറഞ്ഞു, 'പടച്ചോനേ ഇയ്യ് കാത്തോളണേ.'

പ്രതീക്ഷിച്ചതാണെങ്കിലും ചെറിയൊരു അസ്വസ്ഥത സിത്താരയെ പൊതിഞ്ഞു. സൈദ് അടുത്തില്ലാത്തതായിരുന്നു അവളുടെ ഏക പ്രശ്നം. ബിസിനസ് സംബന്ധമായി മീറ്റിങ്ങിനു പോകാൻ കണ്ട നേരം. നേരിയ പരിഭവത്തോടെ അവൾ വീണ്ടും ഫോണിൽ വിളിക്കാൻ ശ്രമിച്ചു.

രാത്രി ഭക്ഷണം ഒന്നും കഴിക്കാൻ തോന്നിയില്ല സൈദ് വിളിക്കാത്തതിന്റെ നൊമ്പരത്തിൽ മാനസികമായും ക്ഷീണം അനുഭവപ്പെട്ടു.

ഉറങ്ങണം. അതിനു മുൻപ് ഒരിക്കൽ കൂടി സൈദിന് വിളിച്ചു നോക്കാൻ തീരുമാനിച്ചു. ഫോൺ എടുക്കവേ സൈദിന്റെ കോൾ അവളെ തേടിയെത്തി. ആഹ്ലാദം കൊണ്ട് അവൾക്കു ഹലോ എന്നു പറയാൻ പോലും പറ്റുന്നുണ്ടായായിരുന്നില്ല.

സംഭവിച്ച കാര്യങ്ങളെല്ലാം ഒറ്റശ്വാസത്തിൽ അവൾ പറഞ്ഞു.

പ്രതീക്ഷിച്ച പോലെ തന്നെ ഫോണിലൂടെ ചുംബനങ്ങളുടെ പ്രവാഹമായിരുന്നു. ഈ സമയത്തു അരികിലുണ്ടായിരുന്നെങ്കിൽ എന്ന് രണ്ടുപേരും ആഗ്രഹിച്ചു. ഒത്തിരി നേരം സംസാരിച്ചതിന് ശേഷം ഉടൻ തന്നെ തിരിച്ചു വരാം എന്ന ഉറപ്പിന്മേൽ സൈദ് ഫോൺ കട്ട് ചെയ്തു

ഉത്സാഹത്തോടെ സിത്താര നിലക്കണ്ണാടിയുടെ മുന്നിൽ ചെന്നു നിന്നു. പിന്നെ പതിയെ വയറിന്റെ ഭാഗം നോക്കി.

ഒരു കുഞ്ഞു സൈദ് കിടക്കുന്ന ഇടമാണ്, സൂക്ഷിക്കണം.

അവൾ വിറയലോടെ വയറിൽ തലോടി. ആൺകുട്ടിയാണെങ്കിൽ ഇഷാൻ എന്ന് വിളിക്കണം. സൈദിന്റെ വാക്കുകൾ ചെവിയിൽ മുഴങ്ങി.

അവൾ ഉറങ്ങാൻ കിടന്നു.

സിത്താര ഉറങ്ങിയെന്നു ബോധ്യമായപ്പോൾ അലമാരയുടെ പുറകിൽ ഒളിച്ചു നിന്നിരുന്ന സിദ്ധിഖ് പതിയെ വന്നു അവളുടെ അരികിലായി കിടന്നു.

എത്രയോ തവണ മോഹിച്ചതാണ്. ഈ സാമീപ്യം പോലും ലഹരി പകരുന്നതാണ്. എന്നിട്ടും ഇവളെ അനുഭവിക്കാൻ ഒരു അറബിക്കാണ് ഭാഗ്യമുണ്ടായത്. ഉള്ളിൽ അമർഷം ഉണ്ടെങ്കിലും അയാൾ അവളെ പതിയെ ചേർത്ത് പിടിക്കാൻ ശ്രമിച്ചു. പാതി മയക്കത്തിൽ സൈദ് ആണെന്ന് കരുതി സിത്താര അയാളെ ഇറുകെ പുണർന്നു. പെട്ടെന്ന് അവൾ കണ്ണുകൾ തുറന്നു. സിദ്ധിഖിനെ കണ്ടു ചാടി എഴുന്നേറ്റു.

ഒന്നും സംഭവിക്കാത്തതുപോലെ സിദ്ധിഖ് വാതിൽ തുറന്നു പുറത്തേക്കു പോയി.

കുറെയേറെ നേരം വേണ്ടി വന്നു അവൾക്കു യാഥാർത്ഥ്യത്തിലേക്ക് ഇറങ്ങി വരാൻ.

പന്ത്രണ്ട്

തലേ ദിവസം രാത്രിയിലെ അനുഭവം ഉറക്കം കളഞ്ഞതുകൊണ്ട് കൂടുതൽ ക്ഷീണിതയായിട്ടായിരുന്നു സിത്താര ഉണർന്നത്. വെപ്രാളത്തോടെ അടുക്കളയിലേക്കു ചെന്നപ്പോൾ അബുക്ക അവളെ വാത്സല്യത്തോടെ ഒന്ന് നോക്കി. പിന്നെ പറഞ്ഞു.

''മോളെ രണ്ടു ദിവസം റെസ്റ്റ് എടുക്കാനാണ് ഓർഡർ. അത് കഴിഞ്ഞിട്ട് വന്നാൽ മതി. തൽക്കാലം റൂമിലേക്ക് പൊക്കോ.''

പലതവണയായി സൈദ് ഫോൺ കട്ട് ചെയ്യുന്നു. എന്ത് തിരക്കുണ്ടെങ്കിലും ഒരിക്കലെങ്കിലും ഒന്ന് വിളിച്ചാൽ എന്താണ്. സിത്താരയ്ക്ക് വിഷമം അടക്കാൻ കഴിഞ്ഞില്ല.

അന്ന് ഉച്ചതിരിഞ്ഞതിനു ശേഷമാണ് സിത്താരയ്ക്ക് സൈദിനെ ഫോണിൽ കിട്ടിയത്. കോപത്തോടെ അവൾ ചോദിച്ചു.

''നീ എവിടെയായിരുന്നു. ഞാൻ എത്രവട്ടം വിളിച്ചെന്നറിയാമോ? എന്ത് മീറ്റിങ്ങാണെങ്കിലും എന്നെ ഒന്ന് തിരിച്ചു വിളിക്കാമായിരുന്നു.

മറുപുറത്തുനിന്നും മറുപടിയൊന്നും ഉണ്ടായില്ല.

''നിന്നോട് ചില കാര്യങ്ങൾ പറയാനുണ്ട്.''

''ഞാൻ ഓരോന്നായി അറിഞ്ഞു തുടങ്ങുകയാണ്.''

''എന്താ ഒരു വല്ലായ്ക പോലെ.''

''നീ കേരളത്തെക്കുറിച്ചും മലയാളികളെക്കുറിച്ചും ആവശ്യത്തിലും അധികം എന്നെ പഠിപ്പിച്ചു. പക്ഷേ ഒന്നുമാത്രം മനപ്പൂർവം ഒഴിവാക്കി. അല്ലേ?''

''അതെന്താണ്?'' .

''അവർ വിശ്വാസവഞ്ചകരാണെന്ന്.''

സിത്താര കാര്യം മനസ്സിലാവാതെ പകച്ചു നിന്നു.

''ഞാൻ വരുമ്പോൾ നിന്നെ അവിടെ കണ്ടുപോകരുത്.''

സൈദിന്റെ വാക്കുകൾ അവൾക്കു അവിശ്വസനീയമായി തോന്നി.

സൈദ് ഫോൺ കട്ട് ചെയ്തിരിക്കുന്നു. തിരിച്ചു വിളിക്കാൻ സിത്താരയ്ക്ക് സാധിച്ചില്ല. അതിനിടയിൽ തള്ള വന്നു. അവളുടെ മൊബൈൽ പിടിച്ചു വാങ്ങിക്കഴിഞ്ഞിരുന്നു. മിഴിച്ചു നോക്കിയ അവൾക്കു ടിക്കറ്റ് നീട്ടിക്കൊണ്ടു തള്ള ആക്രോശിച്ചു.

''യുംകിനുക് അൽഥാഹാബു.'' അതിന്റെ അർത്ഥം. 'നിനക്ക് പോകാം' എന്നാണെന്നു സിത്താര മനസ്സിലാക്കിക്കഴിഞ്ഞിരുന്നു.

''അബുക്ക. എനിക്ക് സൈദിനെ കാണണം. അവൻ എന്തൊക്കെയോ തെറ്റിദ്ധരിച്ചിട്ടുണ്ട്.'' വിതുമ്പിക്കൊണ്ട് അവൾ അടുക്കളയിലേക്കു ഓടിയെത്തി ഒരുവിധം പറഞ്ഞൊപ്പിച്ചു.

''സൈദോ, അയാൾ നിന്റെ അർബാബാണ്. അത് ഓർക്കാത്തതു കൊണ്ടാണ് നിനക്ക് ഈ ഗതി വന്നത്.'' അബുക്ക ശബ്ദമുയർത്തി.

''വേഗം ബാഗും എടുത്തു ഇറങ്ങിക്കോ. പതിനൊന്ന് ഇരുപതിനാണ് ഫ്ളൈറ്റ്.'' സിദ്ധിഖ് വന്നു ഓർമിപ്പിച്ചു.

എന്തുചെയ്യണം എന്നറിയാതെ സിത്താര കരയാൻ തുടങ്ങി. ജോലി പോയിരിക്കുന്നു. പാസ്പോർട്ട് തിരികെ തന്നിരിക്കുന്നു. ഇനി ഒന്നും ചെയ്യാനില്ല. അവൾ പതിയെ റൂമിനകത്തേക്കു കയറി. നിലക്കണ്ണാടിയിൽ ഒരു പ്രാകൃത രൂപം. അവൾ കട്ടിലിൽ ഇരുന്നു. എത്ര പെട്ടന്നാണ് സൈദിന്റെ സ്വഭാവം മാറിയത്.

എന്തായിരിക്കും സംഭവിച്ചിട്ടുണ്ടാവുക? സിത്താരയ്ക്ക് ഒരു എത്തും പിടിയും കിട്ടിയില്ല. ഇതായിരിക്കും അബുക്കയൊക്കെ നിരന്തരം ഉപദേശിക്കാൻ കാരണം. ഇതൊക്കെ ഇവരുടെ സ്ഥിരം പരിപാടിയായിരിക്കും എന്നാലും സൈദിന്റെ ഈ മാറ്റം സിത്താരയ്ക്ക് ഉൾക്കൊള്ളാൻ കഴിഞ്ഞില്ല. സാരമില്ല. ജീവിതകാലം ഓർക്കാൻ ഒരുപാടു ഓർമ്മകൾ അയാൾ തന്നു. അതുമതി ഇനിയുള്ള കാലം കഴിയാൻ. മണ്ടിയെന്നു എല്ലാവരും വിളിക്കുമായിരിക്കും കുഴപ്പമില്ല. ഈ കുഞ്ഞിനെ ഞാൻ വളർത്തും. സിത്താര ഉറപ്പിച്ചു. അവൾ മിഴികൾ തുടച്ചു.

അവൾ വയലിൻ എടുത്തു. പിന്നെ അത് അവിടെ തന്നെ വച്ചു. ഈ മുറിയും ഇവിടെയുള്ള സ്വപ്നങ്ങളും ഇവിടെ തന്നെ ഉപേക്ഷിക്കുകയാണ്. നാളെയോ മറ്റന്നാളോ ഇവിടെ മറ്റൊരു അവകാശി വരും. ഒരുപക്ഷേ തന്നെക്കാൾ സുന്ദരി. അവളോടും സിദ്ധിഖ് പ്രണയപരവശനാവും. അവളും സൈദിന്റെ വലയത്തിൽ കുടുങ്ങും. അവളെയും അവസാനം അബുക്ക ശാസിക്കും.

‘‘ഇനി വൈകിയാൽ വെറും കൈയോടെ നാട്ടിൽ പോകേണ്ടി വരും.’’ അബുക്ക വിളിച്ചു പറയുന്നു.

മറ്റൊന്നും ചെയ്യാനില്ലാത്തതിനാൽ സിത്താര ബാഗുമായി പുറത്തിറങ്ങി. വീടിനു മുന്നിൽ നിറുത്തിയിട്ട ഒരു ടാക്സിയിലാണ് സിത്താര കയറിയത്. കൂടെ സിദ്ധിഖും കയറി. അയാളും നാട്ടിലേക്ക് വരുന്നുണ്ടെന്നു കുറച്ചു ദൂരം പോയപ്പോഴാണ് സിത്താരയ്ക്ക് മനസ്സിലായത്.

സൂപ്പർമാർക്കറ്റിലേക്കു പോകുന്ന വഴിയിൽ നിന്നും വലത്തോട്ട് തിരിഞ്ഞ ടാക്സി പ്രധാന റോഡിലേക്കു കടന്നു. നൂറുകണക്കിന് വാഹനങ്ങൾ വെളിച്ചം വിതറിക്കൊണ്ട് പായുന്നു. അകലെ ബുർജു ഖലീഫ തലയുയർത്തി നിൽക്കുന്നു.

അവൾ അവസാനമായി ആ കാഴ്ച ഒരിക്കൽ കൂടി കണ്ടു.

പതിമ്മൂന്ന്

നീണ്ട അഞ്ചു വർഷങ്ങൾക്കു ശേഷമുള്ള ഒരു പകൽ. കേരളത്തിലെ ഒരു നാഷണൽ ഹൈവേയിലൂടെ സൂരജ് എന്ന ഡ്രൈവറുടെ ടാക്സി കരിപ്പൂരിൽനിന്നും കോട്ടയ്ക്കൽ ലക്ഷ്യമാക്കി ഓടുകയാണ്.

''അവസാനം എന്റെ പ്രാർത്ഥന ദൈവം കേട്ട് ഷണ്മു.'' വാഹനം ഓടിക്കവേ അയാൾ ഫോണിൽ കൂട്ടുകാരനെ വിളിച്ചു പറഞ്ഞു.

''ആ നാട്ടിലെ രണ്ടെണ്ണത്തെ എനിക്ക് കാറിനകത്തു കിട്ടി മോനേ ഇനി ഞാൻ ഒരു കളി കളിക്കും.''

പുറകിൽ സൈദും അഹ്മദും ഇരിക്കുന്നുണ്ടായിരുന്നു.

''അതേടാ, സാക്ഷാൽ അറബികൾ തന്നെ. ഇനിയാണ് മോനേ കളി.''

''സൂരജേ, നീ തെറിയൊന്നും പറഞ്ഞേക്കല്ലേ. മലയാളികളിൽ നിന്നും അവന്മാർ അതുകേട്ട് മനസ്സിലാക്കിയിട്ടുണ്ടാവും.''

ഷണ്മുഖന്റെ വാക്കുകൾ കേട്ട് സൂരജ് കണ്ണാടിയിലൂടെ രണ്ടു അറബികളെയും വീക്ഷിച്ചു. തന്ത ഉറങ്ങുകയാണ് മകൻ പുറത്തേക്കു നോക്കി ഇരിക്കുന്നു.

''ഇവറ്റയ്ക്ക് ഒന്നും മനസ്സിലായിട്ടില്ലെടാ.'' സൂരജ് മറുപടി കൊടുത്തു.

''ഇവറ്റ കോട്ടയ്ക്കലിലേക്കാണ്. ഒരു തന്ത അറബിയുണ്ട്. അതിന്റെ വലതു കാൽ വളഞ്ഞു കിടപ്പുണ്ട്. അത് ഉഴിഞ്ഞു നിവർത്താനായിരിക്കും.''

''എടാ, ചെറുതുരുത്തിയിലേക്കു എത്തിക്കാൻ നോക്ക്. അവിടെയാവുമ്പോൾ നമുക്ക് നല്ല കമ്മീഷനും കിട്ടും.''

ഷണ്മുഖന്റെ വാക്കുകൾ കേട്ട് സൂരജിനും അതു കൊള്ളാം എന്ന് തോന്നി. ഫോൺ കട്ടുചെയ്യാതെ സൂരജ് പുറകിലേക്ക് തിരിഞ്ഞു നോക്കി ചോദിച്ചു.

''ചെറുതുരുത്തി പ്രദീപ്സ്വാമി ഹി ഈസ് ബെസ്റ്റ് ഉഴിച്ചിൽ ആൻഡ് തിരുമ്മൽ വിദഗ്ധൻ, ഗോ ടു ചെറുതുരുത്തി?''

''നോ, ജസ്റ്റ് ഗോ ടു കോട്ടയ്ക്കൽ.'' സൈദ് ഗൗരവത്തോടെ പ്രതികരിച്ചു

''സമ്മതിക്കുന്നില്ലെടാ. ഇവന്മാർക്ക് കോട്ടയ്ക്കലിൽ തന്നെ പോണംത്രെ. ശരി ഞാൻ വിളിക്കാം.''

നിരാശയോടെ ഫോൺ കട്ട് ചെയ്ത് സൂരജ് കുറച്ചു നേരം മിണ്ടാതെ വാഹനം ഓടിച്ചു. പിന്നെ ഒരു നമ്പർ ഇറക്കി നോക്കാം എന്ന ഭാവത്തിൽ പറഞ്ഞു

''കേരളം ഈസ് ബ്യൂട്ടിഫുൾ കൺട്രി. ഗോഡ്സ് ഓൺ കൺട്രി.''

അത് പറഞ്ഞു തീരും മുൻപ് ഒരു പട്ടി കാറിനു മുന്നിൽ ചാടി. പെട്ടെന്ന് വെട്ടിച്ച വാഹനം എതിരെ വരുന്ന ആനവണ്ടിയിൽ തട്ടാതെ ഒരുവിധത്തിലാണ് സാധാരണ ഗതിയിലാക്കിയത്.

അഹ്മദ് കണ്ണ് തുറന്നു പരിഭ്രമത്തോടെ നോക്കി.

''ഡോഗ്സ് ഓൺ കൺട്രിയും കൂടിയാണ് സാറേ. പേടിക്കണ്ട.'' സൂരജ് പിന്നെ സാവധാനം വാഹനം മുന്നോട്ടു കൊണ്ടുപോയി. അഹ്മദ് വീണ്ടും ഉറക്കമായിരിക്കുന്നു. സൈദ് സ്വപ്നങ്ങളിൽ മാത്രം കണ്ട കേരളത്തെ അടുത്തറിയുകയായിരുന്നു. തിരക്കിലൂടെ വാഹനങ്ങളുടെ ഹോണടികളുടെ അകമ്പടിയോടെ പോകുന്ന കാറ് പെട്ടെന്നാണ് ഒരു ഗട്ടറിൽ ചാടിയത്. ഞെട്ടിയെണീറ്റ അഹ്മദ് വേദന സഹിക്കാതെ ഒന്ന് ഞെരിപിരി കൊണ്ടു.

''നോ പേടി. ഇത് മഹാബലി പാതാളത്തീന്നു വന്ന സ്ഥലം. ഇങ്ങനെ കൊറേ സ്ഥലങ്ങൾ കേരളത്തിലുണ്ട്.'' സൂരജ് വിവരിച്ചു പിന്നെ പറഞ്ഞു.

''ആർക്കു മനസ്സിലാവാൻ?''

ബോധപൂർവമല്ലെങ്കിലും ഈ യാത്രയിൽ തന്നെ അറബികൾക്ക് ചെറിയ പണികൾ കൊടുക്കാൻ കഴിഞ്ഞതിന്റെ ചാരിതാർത്ഥ്യത്തിൽ സൂരജ് ആഹ്ലാദിച്ചു.

ഏതോ ഒരു അറബി ചെയ്ത കുറ്റത്തിന് ഇവരെന്തു പിഴച്ചു എന്ന് സൂരജിന്റെ മനസ്സാക്ഷി അവനോടു ചോദിക്കുന്നുണ്ടായിരുന്നു. എങ്കിലും അവരുടെ വംശത്തോടു എന്തെങ്കിലും ഒക്കെ ചെയ്യേണ്ടേ എന്ന മറുപടിയാണ് മനസ്സാക്ഷിയോട് അവൻ തിരിച്ചു ചോദിച്ചത്. യാത്രയുടെ വിരസത അകറ്റാൻ സൂരജ് ഒരു പഴയ പാട്ടു വച്ചു.

സിത്താരയുടെ ഓർമ്മകൾ സൈദിൽ നിറഞ്ഞു. അയാൾ അസ്വസ്ഥത യോടെ പാട്ടു നിറുത്താൻ സൂരജിനോട് ആവശ്യപ്പെട്ടു.

‘‘അറബിപ്പാട്ടൊന്നും സ്റ്റോക്കില്ല സാറേ. ഇതൊക്കെ ആസ്വദി ക്കണമെങ്കിലേ പുണ്യം ചെയ്യണം.’’ സൂരജ് പാട്ടു നിറുത്തിക്കൊണ്ടു പറഞ്ഞു.

കാറ് കോട്ടയ്ക്കൽ ആയുർവേദ ആശുപത്രിയുടെ മുന്നിലേക്ക് കയറി.

‘‘എടാ ഷണ്മൂ. എന്നെ അയാൾക്കങ്ങു ഇഷ്ടപ്പെട്ടു എന്നാ തോന്നു ന്നത്. മറ്റൊരു വാടകയും എടുക്കണ്ട എന്ന് പറഞ്ഞു. അയാൾക്ക് കേരളം മുഴുവൻ കാണണമത്രെ.’’

ആശുപത്രിയുടെ മുറ്റത്തു കാറും ചാരി നിന്ന് വീണ്ടും സൂരജ് ഷണ്മുഖനെ വിളിച്ചു പറഞ്ഞു.

‘‘ഞാൻ അവനെ കണ്ടം പൂട്ടിക്കും നോക്കിക്കോ.’’

‘‘ഏയ്, ഞാൻ പറയുന്ന ഇംഗ്ലീഷ് ഒക്കെ അവനു വെള്ളം പോലെ മനസ്സിലാകുന്നുണ്ട്. തന്തയെ ഇവിടെ അഡ്മിറ്റ് ചെയ്തി രിക്കുകയാണ്. ഒരുമാസം എന്തായാലും കോളായി. പറഞ്ഞതിലും അധികം കാശും തന്നു. ഇപ്പോൾ ഞാൻ വീട്ടിൽ പോവുന്നു. വിളി ക്കുമ്പോ വന്നാൽ മതി എന്ന് പറഞ്ഞു. ഓക്കേ, ഞാൻ വിളിക്കാം.’’

ഫോൺ കട്ട് ചെയ്ത് അറബി തന്ന കാശ് ഒരിക്കൽ കൂടി നോക്കി ഒരു മൂളിപ്പാട്ടും പാടി സൂരജ് വാഹനത്തിൽ കയറി.

ഹൈവേയിലൂടെ തിരിച്ചു യാത്ര തുടങ്ങിയ സൂരജിന്റെ ശ്രദ്ധ യിൽ റോഡ് സൈഡിൽ പുതുതായി തുടങ്ങിയ ഒരു ഹോട്ടൽ ശ്രദ്ധ യിൽ പെട്ടു. ‘ബിസ്മി കുഴിമന്തി.’ വലിയ അക്ഷരങ്ങളിൽ എഴുതി വച്ചിരിക്കുന്നത് ഹോട്ടലിന്റെ പേരും കൂടിയാണ്. അയാൾ വാഹനം ഒതുക്കി വീട്ടിലേക്കു വിളിച്ചു.

‘‘ആ മോനേ, ഇന്ന് ഭക്ഷണം ഒന്നും വെക്കേണ്ട എന്ന് പറയൂ. അമ്മയോട് മാമൻ വരുമ്പോൾ കുഴിമന്തി കൊണ്ടുവരാം. വേഗം എത്തിക്കോളാം ഓക്കേ.’’

കുഴിമന്തിയും വാങ്ങി അതിവേഗത്തിൽ സൂരജ് വീട്ടിലെത്തി.

‘‘എന്തിനാ നീ ഇങ്ങനെ കൈയിൽ കിട്ടുന്നതെല്ലാം കളയുന്നേ. ഞങ്ങളുടെ കാര്യം മാത്രം നോക്കിയാ മതിയോ? നിനക്കും വേണ്ടേ ഒരു ജീവിതം?’’

ഭക്ഷണം കൊണ്ടുവന്നത് പാത്രത്തിലേക്ക് വിളമ്പവേ സിത്താര സഹോദരനോട് ചോദിച്ചു.

''ആ, എന്താണ് തുടങ്ങാത്തത് എന്ന് ആലോചിച്ചു ഇരിക്കയായിരുന്നു ഞാൻ. എന്റെ ചേച്ചി ഓരോരുത്തർക്കും അവരവർക്കു പ്രിയപ്പെട്ടത് ചെയ്യുമ്പോൾ അല്ലേ സന്തോഷം ഉണ്ടാവുക. എനിക്ക് സന്തോഷം ഉണ്ടാവുന്ന കാര്യങ്ങളാണ് ഞാൻ ചെയ്യുന്നത്. മോൻ ഇരുന്നു കഴിച്ചേ.''

ഇഷാന്റെ പ്ലെയിറ്റിൽ ഗ്രിൽചെയ്ത ചിക്കൻ പീസ് വച്ച് കൊടുത്തു കൊണ്ട് സൂരജ് പറഞ്ഞു.

''എന്താ കാര്യമായ സന്തോഷമുണ്ടല്ലോ മുഖത്ത്?'' സിത്താര ചോദിച്ചു.

''ആ... ഇവന്റെ നാട്ടുകാരിൽ രണ്ടെണ്ണത്തിനെ കൈയിൽ കിട്ടി.''

സിത്താര അതുകേട്ട് ആശങ്കയോടെ നോക്കി.

''അവറ്റയ്ക്ക് ഞാൻ ഒരു പണി കൊടുക്കും.''

''നീ വെറുതെ പ്രശ്നത്തിനൊന്നും നിൽക്കല്ലേ.''

''ഞാനും ഒരാണല്ലേ. എനിക്കും ഉണ്ടാകില്ലേ അഭിമാനബോധം. മേലിൽ കേരളത്തിൽ വരാൻ തോന്നാത്ത വിധത്തിൽ അവർക്കിട്ടു ഞാൻ പണിയും.''

''സൂരജേ, അതിനു അവരല്ലല്ലോ.''

''അവിടന്ന് വന്നവരല്ലേ. തൽക്കാലം അതുമതി.''

സൂരജ് കൂടുതൽ സംസാരിക്കാൻ നിൽക്കാതെ അവിടന്ന് എഴുന്നേറ്റു കാറുമെടുത്തു പുറത്തേക്കു പോയി. ഇത്ര കാലമായിട്ടും അവന്റെ മനസ്സിൽ നിന്നും പക പോയിട്ടില്ലല്ലോ എന്നോർത്ത് സിത്താര കണ്ണ് തുടച്ചു.

''ഹായ് നല്ല രസമുണ്ട് അമ്മേ. ഇത്തിരി കഴിച്ചു നോക്കിക്കേ.'' ഇഷാൻ അല്പം ഭക്ഷണം എടുത്തു അമ്മയ്ക്ക് നീട്ടി.

അവൾ വേണ്ടെന്നു പറഞ്ഞിട്ടും ഇഷാൻ കൂട്ടാക്കിയില്ല. അവസാനം അവൻ നീട്ടിയ ഭക്ഷണം അവൾ നാവിൽ വച്ചു. ഞൊടിയിടയിൽ അവളുടെ മിഴികൾ വികസിച്ചു. ഹൃദയമിടിപ്പ് കൂടി. അൽപ്പം കൂടി എടുത്തു കഴിച്ചതിനുശേഷം അവൾ കുഴിമന്തി കൊണ്ടുവന്ന കവറിലെ വിലാസം ശ്രദ്ധിച്ചു.

''മോനേ, വേഗം കഴിക്കൂ. നമുക്ക് ഒരിടം വരെ പോകണം.'' അവൾ തിരക്കിട്ടു വസ്ത്രം മാറി. അധികം വൈകാതെ ഇഷാനെയും കൂട്ടി അവൾ പുറത്തിറങ്ങി. ഹോട്ടലിനടുത്തു ബസ്സ് ഇറങ്ങി സിത്താര മകനെയും കൂട്ടി തിരക്കിട്ടു നടന്നു. അവൾ നേരെ ഹോട്ടലിന്റെ

അടുക്കളയിലേക്കാണ് പോയത്. മാനേജരും മറ്റും അതുകണ്ട് മിഴിച്ചു നോക്കി. അടുക്കളയിലെത്തി അവിടെയുള്ള ജോലിക്കാരെയെല്ലാം സിത്താര പ്രതീക്ഷയോടെ നോക്കി. പിന്നെ നിരാശയോടെ തിരിച്ചു നടന്നു.

‘‘മാഡം എന്താണ് കാര്യം?’’ മാനേജർ ചോദിച്ചു.

‘‘ഒന്നും ഇല്ല.’’ മിഴികൾ തുടച്ചു കൊണ്ട് സിത്താര പറഞ്ഞു.

എന്തോ കാര്യമുണ്ട് എന്ന് തോന്നിയതിനാലാവാം മാനേജർ ഒരിക്കൽ കൂടി അന്വേഷിച്ചു.

‘‘ഇവിടത്തെ കുഴിമന്തി വളരെ നന്നായിരുന്നു. ഇതേ കൈപ്പുണ്യം ഉള്ള ഒരാളെ എനിക്ക് അറിയാമായിരുന്നു. അദ്ദേഹമാണെന്ന് കരുതിയാണ് ഞാൻ...’’ സിത്താര പതിയെ പറഞ്ഞു.

‘‘അബുക്കാനെയാണോ?’’ മാനേജർ ചോദിച്ചു.

‘‘അതെ അബുക്ക... അദ്ദേഹമാണോ?’’ സിത്താരയ്ക്ക് പറഞ്ഞറിയിക്കാനാവാത്ത സന്തോഷം തോന്നി.

‘‘അദ്ദേഹമാണ് ഇതിന്റെ റെസിപ്പി തയ്യാറാക്കുന്നത്.’’

‘‘ആളെവിടെ?’’

‘‘മന്തി ഉണ്ടാക്കി കഴിഞ്ഞാൽ ആള് വീട്ടിലേക്കു പോകും. ഇവിടെ അടുത്ത് തന്നെയാണ് വീട്.’’

സിത്താര മാനേജരോട് നന്ദി പറഞ്ഞു.

‘‘**എ**ല്ലാം അറബിത്തള്ളയുടെ പ്ലാനിങ്ങായിരുന്നു. സൈദിന്റെ മനസ്സിൽ നിന്നോടുള്ള പകയും അകൽച്ചയും ഉണ്ടാക്കാൻ വേണ്ടി ഒരു സൂത്രം. അതിനു വേണ്ടിയാണ് സിദ്ധിഖ് അന്ന് നിന്റെ റൂമിൽ വന്നതും കെട്ടിപ്പിടിച്ചതും. അതെല്ലാം റെക്കോഡ് ചെയ്യുന്നുണ്ടായിരുന്നു. അത് വിജയിച്ചു എന്നു തന്നെ വേണം പറയാൻ.’’ അബുക്ക സിത്താരയോട് പതിയെ പറഞ്ഞു.

സിത്താര പകച്ചിരുന്നു.

‘‘മോളെക്കുറിച്ച് അബുക്ക എപ്പോഴും പറയാറുണ്ട്. ഇത് കുടിക്കൂ. മോന്റെ പേരെന്താ.’’

അബുക്കയുടെ ഭാര്യ ലൈല മുന്തിരി ജ്യൂസു നീട്ടിക്കൊണ്ടു ചോദിച്ചു.

‘‘ഇഷാൻ.’’

അബുക്ക ഇഷാനെ സംശയത്തോടെ ഒന്ന് നോക്കി. പിന്നെ താടി ഉഴിഞ്ഞു ചിന്തയിലായി.

''സൈദ്?'' സിത്താര ആകാംക്ഷയോടെ ചോദിച്ചു.

''അയാൾ കുറെ കാലം ലണ്ടനിലോ മറ്റോ ആയിരുന്നു. വന്നാലും ആരോടും വലിയ അടുപ്പമൊന്നുമില്ല. ഞാൻ തിരിച്ചു പോരും വരെ കല്യാണം ഒന്നും കഴിച്ചിട്ടില്ല. തള്ള പെട്ടെന്ന് ഒന്ന് വീണു. കുറച്ചു നാൾ കിടന്നു. പിന്നെ പോയി. പിന്നെ ഞാനും അധികം അവിടെ നിന്നില്ല.''

സിത്താര എല്ലാം കേട്ടിരുന്നു.

''സൈദ് യാഥാർത്ഥ്യം തിരിച്ചറിഞ്ഞിട്ടുണ്ടോ?''

വിതുമ്പുന്ന മിഴികളോടെ അവൾ ചോദിച്ചു.

''അറിയാൻ വഴിയില്ല. തള്ളയോ തന്തയോ പറഞ്ഞിട്ട് എന്തായാലും അറിയില്ലല്ലോ. പിന്നെ അറിയുന്ന വ്യക്തി ഞാനാണ്. എനിക്ക് പറയാനും അനുവാദമില്ലല്ലോ.''

''ആട്ടെ, സിദ്ധിഖ് എന്ത് പറയുന്നു?'' അബുക്ക ചോദിച്ചു.

''ഏതു സിദ്ധിഖ്?'' സിത്താരയ്ക്ക് പെട്ടെന്ന് ഓർമ്മ വന്നില്ല.

''ഇതിന്റെ ഒക്കെ സൂത്രധാരൻ, നമ്മുടെ ഡ്രൈവർ സിദ്ധിഖ് അയാളോടൊപ്പമല്ലേ നിന്നെ പറഞ്ഞയച്ചത്.''

''അയാളെ അന്ന് കണ്ടതാണ്. എയർപോർട്ടിൽ ഇറങ്ങി എന്നെ ഒരു ടാക്സി വിളിച്ചു കയറ്റി വിട്ടു.''

''പിന്നെ കണ്ടിട്ടില്ലേ?'' അബുക്ക അതിശയത്തോടെ ചോദിച്ചു.

''ഞാൻ കാരണമാണ് അയാളുടെ ജോലിയും പോയതെന്ന് പറഞ്ഞ് ഒത്തിരി വഴക്കു പറഞ്ഞാണ് എന്നെ കയറ്റി അയച്ചത്.''

''അപ്പൊ അയാൾ നിനക്കും കുഞ്ഞിനും ചിലവിനൊന്നും തരുന്നില്ല?'' കസേരയിൽനിന്നും എഴുന്നേറ്റുകൊണ്ട് അബുക്ക ചോദിച്ചു.

''അയാളെന്തിന് ചിലവിനു തരണം അബുക്ക?''

''യാറബ്ബെ, വല്ലാത്തൊരു ചതിയാണല്ലോ ആ മനുഷ്യൻ നിന്നോട് ചെയ്തത്?''

അയാളുടെ മുഖത്തെ സംഘർഷം തിരിച്ചറിഞ്ഞ സിത്താരയും കാര്യമറിയാതെ എഴുന്നേറ്റു. സിത്താരയുടെ തോളിൽ പിടിച്ചുകൊണ്ട് അബുക്ക പറഞ്ഞു.

''മോളെ, നീ കരുതുന്ന പോലല്ല കാര്യങ്ങള്. അന്ന് അറബി സിദ്ധിഖിനെ പറഞ്ഞയയ്ക്കുന്നത് വലിയൊരു നഷ്ടപരിഹാരവും കൊടുത്തിട്ടാണ്. മാത്രമല്ല നിന്റെ വയറ്റിൽ കിടക്കുന്നത് സൈദിന്റെ

കുഞ്ഞാണെന്നു ഉറപ്പുള്ള അർബാബ് സൈദ് അറിയാതെ ആ കുഞ്ഞിനും നിനക്കും ജീവിക്കാനുള്ള തുക എല്ലാ മാസവും സിദ്ധിഖിന് അയച്ചു കൊടുക്കുന്നുണ്ട്.'

അതുകേട്ട് തല കറങ്ങുന്നതായി സിത്താരയ്ക്കു തോന്നി. തൊണ്ട വരണ്ട അവൾ കസേരയിലേക്ക് വീണു.

''അവന്റെ നമ്പർ കിട്ടാനുള്ള വല്ല വഴിയും ഉണ്ടോ?'' അബുക്ക ചോദിക്കുന്നു

''എന്റെ കൈയിൽ ഇല്ല അബുക്ക. അയാളെ അവസാനമായി കണ്ടത് വിമാനത്താവളത്തിൽ വച്ചാണ്.'' സിത്താര കരഞ്ഞുകൊണ്ട് പറഞ്ഞു.

ഇഷാനെ ഒന്ന് കൂടി നോക്കി സംശയത്തോടെ അബുക്ക ചോദിച്ചു.

''അപ്പോ അവൻ അറബിക്ക് അയച്ചു കൊടുക്കുന്ന ഫോട്ടോ?''

''എനിക്കറിയില്ല അബുക്ക.''

''മോനേ, നീ അനുഭവിക്കേണ്ടതല്ലേ വല്ലവനും...'' അബുക്ക ഇഷാനെ ചേർത്ത് നിറുത്തി വിതുമ്പി.

പതിന്നാല്

തിരൂരങ്ങാടിയിലെ പുത്തൻപണക്കാരനായ സിദ്ധിഖ് ഹാജിയുടെ വീട്ടിൽ മുഹ്യിദ്ധീൻ പള്ളിയിലെ ഉസ്താദുമാരും പള്ളി സെക്രട്ടറിയും മറ്റും വന്നിരിപ്പുണ്ട്.

''തടിമിടുക്കുണ്ടായാൽ പോരാ, നല്ലവണ്ണം മെയ്യനങ്ങി പണിയണം. ആ പലകകൾ ഇന്നുതന്നെ അടുക്കി വയ്ക്കണം കേട്ടോ.''

തൊട്ടപ്പുറത്തുള്ള മരമില്ലിലെ പണിക്കാർക്ക് നിർദ്ദേശങ്ങൾ കൊടുത്തുകൊണ്ട് സിദ്ധിഖ് വീട്ടിലേക്കു വന്നു.

''തടി ഉണ്ടെന്നേ ഉള്ളൂ. ഒന്നിനും വിവരം ഇല്ല്യ. ആ... അറബിയുടെ പേര് ഞാൻ പറഞ്ഞില്ല അല്ലേ.'' ഉമ്മറത്തേക്ക് കയറി സിദ്ധിഖ് തുടർന്നു.

''അലിയുദ്ധീൻ അഹ്മദ് എന്നാണ് എന്റെ അറബിയുടെ പേര്. എന്നെ വലിയ കാര്യമാണ്. ഇടയ്ക്കിടയ്ക്ക് വിളിക്കും. ഒരു ദിവസം എന്നെ കാണാൻ വരാമെന്നും പറഞ്ഞിട്ടുണ്ട്.''

''ഏതെങ്കിലും ഒരു അറബി തന്റെ ഡ്രൈവറോട് പറയുമോ ഇനി മരുഭൂമിയിൽ കിടന്നു കഷ്ടപ്പെടണ്ട, നാട്ടിലേക്ക് പൊക്കോ. മാസാമാസം ഞാൻ ശമ്പളം അയച്ചു തന്നോളാമെന്ന്?''

''അതാണ് എന്റെ അറബിയുടെ വലിയ മനസ്സ്. ഈ നാട്ടുകാർക്കൊക്കെ ഇക്കാര്യം അറിയാം. ഉസ്താദ് പുതിയ ആളായതുകൊണ്ടു പറഞ്ഞതാണ്.''

സിദ്ധിഖിന്റെ വാക്കുകൾ കേട്ട് ഉസ്താത് അതിശയഭാവത്തോടെ ഇരുന്നു. കഥ ഇനിയും നീളുമെന്ന് തോന്നിയപ്പോൾ മാനേജർ ഇടപെട്ടു.

''സിദ്ധിഖ് സാഹിബേ, ഞങ്ങൾ എന്താണ് ചെയ്യണ്ടത്?''

''പള്ളിയുടെ കാര്യമല്ലേ, ഞാനായിട്ട് മുടക്കുന്നില്ല.'' സിദ്ധിഖ് കീശയിൽനിന്നും ഒരു നോട്ടെടുത്തു നീട്ടി.

''അഞ്ഞൂറ് രൂപയോ?'' ഉസ്താദ് ചോദിച്ചു.

''എന്റെ ഉസ്താദേ, അഞ്ഞൂറിന് നിങ്ങൾക്ക് വില ഇല്ലെങ്കിലും ഞങ്ങൾ പ്രവാസികൾക്ക് വിലയുണ്ട്. ചോര നീരാക്കി എന്റെ അറബി സമ്പാദിച്ചു എനിക്ക് അയച്ചു തരുന്ന കായി സമുദായം കെട്ടിപ്പടുക്കാനല്ല. എന്റെ കുടുംബത്തിനു വേണ്ടിയിട്ടാണ്. കിട്ടിയതുകൊണ്ട് പോയാട്ടെ.''

സിദ്ധിഖിന് ഒരു ഫോൺ വന്നു. അയാൾ ഫോണുമായി അവിടെ നിന്നും എഴുന്നേറ്റു. ഇനി അവിടെ നിന്നിട്ടു കാര്യമില്ലെന്ന തിരിച്ചറിവിൽ പിരിവുകാർ പടിയിറങ്ങി. ഫോൺ വന്നതിനു ശേഷമുള്ള സിദ്ധിഖിന്റെ ഭാവം തിരിച്ചറിഞ്ഞ റൈഹാന ഭർത്താവിന്റെ അടുത്തേക്ക് വന്നു ചോദിച്ചു.

''എന്താ ഇക്ക, ഒരു വല്ലായ്ക പോലെ.''

''ആകെ പ്രശ്നമാണല്ലോ. ഇനി ഇപ്പൊ എന്താ ചെയ്യാ?''

''കാര്യം പറയൂ.''

അർബാബ് നാട്ടിൽ വന്നിട്ടുണ്ട്. പേരക്കുട്ടിയെയും കൊണ്ട് കോട്ടയ്ക്കലിലേക്കു ചെല്ലാൻ.''

അതുകേട്ട് ഒന്നു പകച്ച റൈഹാന പെട്ടെന്ന് തന്നെ സമചിത്തത പാലിച്ചുകൊണ്ട് അയാളെ സമാധാനിപ്പിച്ചു.

''അതിനെന്താ, അനിക്കുട്ടനെ കൊണ്ടുപോയി കാണിച്ചു കൊടുത്താ പോരെ?''

''കുഴപ്പമൊന്നും ഉണ്ടാവില്ലല്ലോ അല്ലേ.'' സിദ്ധിഖിന് പരിഭ്രമം തീരുന്നില്ല.

''എന്ത് കുഴപ്പം? ഇത്രയും കാലം അവന്റെ ഫോട്ടോ അല്ലേ അറബിക്ക് അയച്ചു കൊടുത്തിരുന്നത്.''

''നേരിട്ട് കാണുമ്പോൾ സംശയിക്കുകയൊന്നും ചെയ്യില്ലല്ലോ അല്ലേ.''

''എന്തിന്? നമ്മൾ കാണിച്ചു കൊടുക്കുന്നതല്ലേ അവര് വിശ്വാസിക്കത്തുള്ളൂ.''

''അതും ശരിയാണ്.'' സിദ്ധിഖിന് സമാധാനമായി.

''അല്ല, അയാൾ തനിച്ചാണോ വന്നിട്ടുണ്ടാവുക? മകൻ കൂടെ ഉണ്ടാവില്ലേ?'' റൈഹാന ചോദിച്ചു.

''അത് ശരിയാണല്ലോ, ഞാൻ ഒന്ന് ചോദിക്കട്ടെ.'' സിദ്ധിഖ് അറബിക്ക് തിരിച്ചു വിളിച്ചു.

അവർ സംസാരിക്കുന്നതു മനസ്സിലായില്ലെങ്കിലും ഭാവം കണ്ടിട്ട് പേടിക്കാനില്ല എന്ന് റൈഹാനയ്ക്ക് തോന്നി.

''സൈദ് കൂടെ വന്നിട്ടുണ്ട്. പക്ഷേ, അയാൾ സംഭവിച്ചതൊന്നും ഇതുവരെ അറിഞ്ഞിട്ടില്ല. അതുകൊണ്ടു പേടിക്കണ്ട എന്നാണ് പറഞ്ഞത്.'' ഫോൺ കട്ട് ചെയ്ത ഉടൻ സിദ്ധിഖ് റൈഹാനയോടു പറഞ്ഞു.

ആശ്വാസത്തോടെ ഇരുവരും അയൽവീട്ടിലേക്കു നടന്നു. മുറ്റത്തു ഓടിക്കളിക്കുന്ന അനിക്കുട്ടനെ ഒന്ന് നോക്കി. പതിയെ ബാബുവിനോട് സിദ്ധിഖ് കാര്യങ്ങൾ അവതരിപ്പിച്ചു.

''സിദ്ധിക്ക... കാര്യം ഇങ്ങള് ഇടയ്ക്കു വന്ന് ഇവന്റെ വീഡിയോയും ഫോട്ടോയും ഒക്കെ എടുക്കാറുണ്ട്. ഞങ്ങൾക്കതിനു ചെറിയ ഒരു സഹായവും തരാറുണ്ട്. എന്നു വച്ച് എന്റെ കുഞ്ഞിനെ...'' ബാബു ആശങ്കപ്പെട്ടു.

''ഒന്നും സംഭവിക്കില്ല. ആ അറബിക്ക് ഇവനെ ഒന്ന് കാണണം. അത്ര തന്നെ.''

''ആ അറബി എങ്ങാനും അനിക്കുട്ടനെ കൊണ്ടുപോവാൻ തുനിഞ്ഞാലോ. അപ്പോ എന്താ ചെയ്യാ?'' ബാബുവിന്റെ ഭാര്യ സുറുമിയാണ് ചോദിക്കുന്നത്.

''അങ്ങനെ ഒന്നും ഉണ്ടാവില്ല. അതിനു നമ്മള് സമ്മതിച്ചാലല്ലേ?'' റൈഹാന അവളെ സമാധാനിപ്പിച്ചു.

''ഇത് നല്ല വഴിയല്ല സിദ്ധിക്ക. എന്റെ മോനെ അങ്ങനെ വല്ലവന്റെയും കുഞ്ഞാണെന്നു പറഞ്ഞുകൊണ്ട് നടക്കാൻ ആവില്ല.'' ബാബു ആശങ്ക പ്രകടിപ്പിച്ചു.

''ഇനി ഇപ്പോ വേറെ വല്ല കുട്ടിയേയും കൊണ്ടുപോയി കാണിക്കാൻ പറ്റുമോ. ഇത്ര കാലവും അറബി കണ്ടത് ഈ കുട്ടിയുടെ ചിത്രമല്ലേ. നിങ്ങൾ ഇങ്ങനെ ഒന്നും പറയല്ലേ. ഒന്നും സംഭവിക്കില്ല. ഞാൻ എന്താണെങ്കിലും ചെയ്യാം.''

സിദ്ധിഖ് വളരെ എളിമയോടെ ബാബുവിനോട് കാര്യങ്ങൾ പറഞ്ഞു ബോധ്യപ്പെടുത്താൻ ശ്രമിച്ചു. അല്പനേരത്തെ ചിന്തയ്ക്കു ശേഷം ബാബു തന്നെ ഒരു പോംവഴി കണ്ടെത്തി.

''ഞങ്ങളും ഒപ്പം വരാം. സംഗതി സീൻ ആവുകയാണെങ്കിൽ എല്ലാം ഞങ്ങൾ പറയും.''

''ആയിക്കോട്ടെ, നമ്മുടെ നാട്ടിലല്ലേ ബാബൂ. പിന്നെ എന്ത് പേടിക്കാനാണ്.'' ആശ്വാസത്തോടെ സിദ്ധിഖ് പുഞ്ചിരിച്ചു.

ഉച്ചതിരിഞ്ഞു പോകാം എന്ന ധാരണയിൽ സിദ്ധിക്കും റൈഹാനയും തിരിച്ചു വീട്ടിലേക്കു നടന്നു. എന്നെങ്കിലും ഒരിക്കൽ ഇങ്ങനെ ഒക്കെ സംഭവിക്കും എന്നറിയാമായിരുന്നിട്ടു കൂടി എന്തോ സിദ്ധിഖിന് ഒരു അസ്വസ്ഥത തോന്നി.

''അവള് അതിനെ പ്രസവിച്ചോ, അതോ അബോർഷൻ ചെയ്തോ എന്നു പോലും അറിയില്ലല്ലോ. അബോർഷൻ ചെയ്തു കാണും. അല്ലാതെ ഒരു അറബിയുടെ കുട്ടിയെ പ്രസവിക്കാൻ അവൾക്കെന്താ വട്ടുണ്ടോ?'' റൈഹാന ചോദിച്ചു.

''ഏയ്, അത് അവൾ ഒരിക്കലും ചെയ്യില്ല. കാരണം അവരുടെ മുഹബ്ബത്തു ഒരു വല്ലാത്ത മുഹബത്തായിരുന്നു. അതെനിക്കറിയാം.''

''എന്നിട്ടാണോ നിങ്ങൾ ഈ ചതിക്ക് കൂട്ട് നിന്നത്?''

''അസ്സലായി. എന്റെ അറബി പറഞ്ഞാൽ എനിക്ക് കൂടെ നിൽക്കാതിരിക്കാൻ പറ്റുമോ. അയാൾ അയാളുടെ മകന്റെ ഭാവിയല്ലേ നോക്കിയത്?''

''അങ്ങനെയെങ്കിൽ എന്തിനാ മാസം തോറും ആ പെണ്ണിനും കുട്ടിക്കും കൊടുക്കാൻ വേണ്ടി അയാൾ കാശ് നിങ്ങൾക്ക് അയയ്ക്കുന്നത്?''

''അത് എന്റെ അർബാബിനു മനസ്സലിവുള്ളതുകൊണ്ട്.''

''എന്തായാലും ശരി, ഞാൻ ഒരു കാര്യം പറയാം, ഭാവിയിലും നമുക്ക് പ്രശ്നം വരും. ഞാൻ പറയുകയാണെങ്കിൽ യഥാർത്ഥ കുട്ടിയെ കൊണ്ടുപോയി കാണിച്ചു കൊടുക്കുകയാണ് നല്ലത്.''

''അപ്പോ, ഞാൻ അയച്ചു കൊടുത്ത ഫോട്ടോകളോ?'' സിദ്ധിഖ് ചോദിച്ചു.

''അത് പിന്നെ ഫോട്ടോയിൽ കാണുന്ന പോലല്ല. നേരിട്ട് എന്നൊക്കെ പറഞ്ഞു ഒന്ന് സമാധാനിപ്പിച്ചാൽ പോരെ? നിങ്ങൾക്കല്ലെങ്കിൽ സൂത്രത്തിനു എന്താ കുറവ്?''

''എടീ, നീ എന്തൊക്കെയാണ് പറയുന്നത്? സിത്താരയെയും കുട്ടിയേയും അറബിയുടെ മുന്നിൽ എത്തിച്ചാൽ ഇത്ര നാളായിട്ടും അവൾക്കു പത്തു പൈസ ഞാൻ കൊടുത്തിട്ടില്ലെന്നു അറബി അറിയില്ലേ.''

വീടിന്റെ ഉമ്മറത്തേക്ക് കയറി കസേരയിൽ തളർന്നിരുന്ന സിദ്ധിഖ് ഭാര്യയെ നോക്കി. അയാളുടെ തലയിലൂടെ വിയർപ്പു ചാലുകൾ ഒഴുകുന്നുണ്ടായിരുന്നു. ഫാനിന്റെ സ്വിച്ച് ഇട്ടുകൊണ്ട് റൈഹാനെ മറ്റൊരു സാധ്യത ആരാഞ്ഞു.

‘‘അറബി ഇവിടെനിന്നു പോകും വരെ എന്തെങ്കിലും സൂത്രം പറഞ്ഞു വൈകിപ്പിച്ചാലോ?’’

‘‘നീ എന്താ ഈ പറയുന്നേ, ഇവിടെ വന്ന സ്ഥിതിക്ക് കുട്ടിയെ കാണാതെ പോകില്ല. അത് ഉറപ്പാണ്. ഒരുപക്ഷേ വന്നതും അതിനു തന്നെ ആയിരിക്കും. അറബിക്ക് കുട്ടിയെ കാണിച്ചു കൊടുത്തില്ലെങ്കിൽ അയാൾ പിന്നെ പണം അയയ്ക്കില്ല. അതുകൊണ്ടു കാണിച്ചു കൊടുത്തേ തീരൂ.’’

സിദ്ധിഖ് അസ്വസ്ഥതയോടെ വരാന്തയിലൂടെ നടക്കാൻ തുടങ്ങി. അനിക്കുട്ടനെ തന്നെ കൊണ്ടുപോയി കാണിച്ചു കൊടുക്കുക. അവന്റെ ഉമ്മ മരിച്ചെന്നും പറയുക. റൈഹാനെ അങ്ങനെ ഒരു തീരുമാനത്തിലെത്തി. അത് സിദ്ധിഖിനും ഇഷ്ടമായി.

‘‘പക്ഷേ, എന്തുകൊണ്ട് ഈ വിവരം അവരോടു പറഞ്ഞില്ല എന്ന് ചോദിച്ചാൽ?’’ സിദ്ധിഖ് തിരിച്ചു ചോദിച്ചു.

‘‘നിങ്ങളെ വേദനിപ്പിക്കണ്ട എന്ന് കരുതിയിട്ടാണ് എന്ന് പറഞ്ഞാൽ പോരെ?’’

‘‘അതും ഒരു വഴിയാണ്. ഒന്ന് ശ്രമിച്ചു നോക്കാം അല്ലേ.’’ സിദ്ധിഖിന് അല്പം ആശ്വാസം തോന്നി.

പതിനഞ്ച്

"**അ**ല്ല സൂരജേ, കുറച്ചു ദിവസമായി നല്ല തിരക്കാണല്ലോ." മേശപ്പുറത്തു ചായ കൊണ്ട് വന്നു വച്ച് വാസുവേട്ടൻ ചോദിച്ചു.

"അറബിയോട്ടം അല്ലേ, നല്ല കാശുവാരുന്നുണ്ടാവും." പരിപ്പുവട കടിച്ചുകൊണ്ട് പുച്ഛംഹമീദ് പറഞ്ഞു.

പുച്ഛംഹമീദ് പേരുപോലെ തന്നെ എന്തിനെയും പുച്ഛിക്കുന്ന ആളായതിനാൽ മറുപടിയൊന്നും പറയാതെ സൂരജ് ചായ എടുത്തു കുടിച്ചു. അപ്പോഴാണ് കുറച്ചു കന്യാസ്ത്രീകൾ ചായക്കടയിലേക്ക് കയറി വന്നത്. അവർ സൂരജിനെ തേടി വന്നവരായിരുന്നു.

"സൂരജിന്റെ കൂടെ കുറച്ചു നാളായി ഒരു അറബി ഉണ്ടെന്നു കേട്ടു. വിരോധമില്ലെങ്കിൽ ഞങ്ങളുടെ സ്കൂൾ ആനിവേഴ്സറിക്കു അയാളെ അതിഥിയായി കിട്ടിയാൽ നന്നായിരുന്നു." ഒരു സിസ്റ്റർ ആഗമനോദ്ദേശ്യം അറിയിച്ചു.

"അയ്യോ, അതൊന്നും ശരിയാവില്ല സിസ്റ്റർ..." സൂരജ് താൽപ്പര്യമില്ലാത്ത മട്ടിൽ പറഞ്ഞു.

"ഹേയ് ഒന്ന് സെറ്റ് ആക്കൂ സൂരജേ. നമ്മുടെ പരിസരത്തെ സ്കൂളല്ലേ."

വാസുവേട്ടൻ പ്രോത്സാഹിപ്പിച്ചു.

"അതിനു അയാൾക്ക് മലയാളമൊന്നും അറിയില്ല സിസ്റ്ററേ." സൂരജ് ഒഴിഞ്ഞു മാറാൻ ഒരു ശ്രമം നടത്തി.

"ഇംഗ്ലീഷ് അറിയാമല്ലോ. ഇനി അതുമല്ലെങ്കിൽ അറബിയിൽ സംസാരിച്ചാലും മതി. കുട്ടികളെ സംബന്ധിച്ച് അതൊരു പുതിയ അനുഭവമായിരിക്കും. ഒന്ന് ശ്രമിക്കൂ." മറ്റൊരു സിസ്റ്റർ അഭ്യർത്ഥിച്ചു.

"ഞാൻ ഒന്ന് നോക്കട്ടെ. ഉറപ്പൊന്നും ഇല്ല കേട്ടോ." സൂരജ് പ്രതികരിച്ചു.

നന്ദിപറഞ്ഞുകൊണ്ട് കന്യാസ്ത്രീകൾ തിരിച്ചു നടന്നു.

തുടർന്ന് ചായക്കടയിൽ സൂരജിന് കൂടുതൽ വിലയായി. അറബിയും സൂരജും തമ്മിലുള്ള ബന്ധമായി അവിടെ ചർച്ചാവിഷയം. അതിന്റെ ലഹരിയിൽ സൂരജ് പറഞ്ഞു.

''ഞാൻ എന്ന് പറഞ്ഞാൽ അറബിക്ക് ഇപ്പോ ജീവനാണ്. അയാൾ എന്നെ ദുബായിലോട്ടു വിളിക്കുകയാണ്.''

''ഇവൻ പോയാ ഗർഭിണിയാവും എന്ന ഭയം വേണ്ട.'' പരിപ്പു വട കടിച്ചു കൊണ്ട് ഹമീദ് പെട്ടന്ന് ഒരു ബോംബ് പൊട്ടിച്ചു.

ഹമീദിന്റെ വാക്കുകൾ കേട്ട് എല്ലാവരും പൊട്ടിച്ചിരിച്ചു. സൂരജിന് അത് കാര്യമായി തന്നെ കൊണ്ടു. അയാൾ കോപത്തോടെ ചായഗ്ലാസ് തറയിലെറിഞ്ഞു പൊട്ടിച്ചുകൊണ്ട് ഹമീദിന്റെ അടുത്തേക്ക് ചെന്ന് അവന്റെ കഴുത്തിൽ കുത്തിപ്പിടിച്ചു ഉയർത്തി. സൂരജിനെ തടഞ്ഞു കൊണ്ട് മറ്റുള്ളവർ രംഗത്തിറങ്ങി.

''സൂരജേ, ഇവനൊരു തമാശ പറഞ്ഞതല്ലേടാ, നീ വിട്ടു കള.'' വാസുട്ടൻ സൂരജിനെ സമധാനിപ്പിച്ചു.

''സോറിഡാ, ഞാൻ നിന്നെ വേദനിപ്പിച്ചെങ്കിൽ ക്ഷമിക്കൂ. വേണം എന്ന് കരുതി പറഞ്ഞതൊന്നും അല്ല.''

സംഘർഷാവസ്ഥയ്ക്ക് അയവു വരുത്താൻ വേണ്ടി പുച്ഛംഹമീദ് പെട്ടെന്ന് ക്ഷമ ചോദിച്ചു. വളരെ വേഗം സൂരജ് അവിടെ നിന്നും പുറത്തിറങ്ങി കാറിൽ കയറി.

ഒളിഞ്ഞും തെളിഞ്ഞും താൻ ഇത് അനുഭവിക്കുന്നതാണ് എന്നിട്ടും നേരിട്ടൊരാൾ പറഞ്ഞപ്പോൾ... ദുഃഖവും കോപവും ഉള്ളിലൊതുക്കി എങ്ങോട്ടെന്നില്ലാതെ സൂരജ് വാഹനം ഓടിച്ചു.

പതിനാറ്

"**പ്രി**യമുള്ളവരേ, നമുക്കറിയാം കേരളത്തിന്റെ സമ്പദ്വ്യവസ്ഥ നല്ലൊരു ശതമാനവും ഗൾഫിൽ നിന്നും നമ്മുടെ സഹോദരങ്ങൾ അയയ്ക്കുന്ന പണം കൊണ്ടാണ് നികത്തി എടുക്കുന്നതെന്ന്. അങ്ങനെ നമുക്ക് പുതിയൊരു ജീവിതം തന്ന കടലിനപ്പുറത്തെ അയൽക്കാരുടെ ഒരു പ്രതിനിധിയാണ് ഈ ഇരിക്കുന്നത്. നമ്മുടെ സ്നേഹവും കടപ്പാടും എല്ലാം ഇദ്ദേഹം വഴി ഗൾഫ് രാജ്യങ്ങളിലേക്ക് എത്തിക്കേണ്ടതുണ്ട്. ഞാൻ പറയുന്നതൊന്നും അദ്ദേഹത്തിന് മനസ്സിലാവുന്നില്ല എന്നറിയാം."

സ്കൂൾ വാർഷികച്ചടങ്ങിന്റെ അധ്യക്ഷ പദവി അലങ്കരിക്കുന്ന ഫാദർ കള്ളിക്കാടൻ സൈദിനെക്കുറിച്ചു വാതോരാതെ സംസാരിക്കുകയാണ്. സൈദിന്റെ തൊട്ടടുത്ത സീറ്റിൽ ഇരിക്കാൻ ഭാഗ്യം കിട്ടിയ സൂരജ് അയാൾക്ക് അച്ചൻ പറയുന്നത് തർജ്ജമ ചെയ്തു കൊടുക്കാൻ ശ്രമിക്കുന്നുണ്ട്.

സ്കൂൾ അങ്കണം തിങ്ങി നിറഞ്ഞ് നാട്ടുകാരും വിദ്യാർത്ഥികളും ഇരിപ്പുണ്ട്. ആനയും അമ്പാരിയും അടങ്ങുന്ന ഒരു സ്വീകരണമാണ് സൈദിന് അവിടെ നിന്നും ലഭിച്ചത്. അതിന്റെ സന്തോഷത്തിൽ സൈദ് ആഹ്ലാദത്തോടെ ഇരിക്കുകയാണ്.

"നമ്മുടെ സ്കൂളിലേക്ക് ആദ്യമായിട്ടാണ് ഒരു അറബി വരുന്നത്. അദ്ദേഹത്തിന്റെ വാക്കുകൾക്കായി നമ്മൾ കൊതിച്ചിരിക്കുകയാണ്. അതിനാൽ അധികമായി കൂടുതലൊന്നും പറയാതെ അദ്ദേഹത്തെ ഉദ്ഘാടന പ്രസംഗത്തിനായി ക്ഷണിക്കുന്നു."

വലിയൊരു കരഘോഷത്തിന്റെ അകമ്പടിയോടെ സൈദ് മൈക്കി നടുത്തേക്കു നടന്നു. എല്ലാവരെയും ഒന്ന് നോക്കി. പിന്നീട് അതി മനോഹരമായി ഒരു ഒരു കവിത ചൊല്ലാൻ തുടങ്ങി.

"കണ്ണിഴിക്കാമെഴുന്നേൽക്കാം
കതകിന്റെ സാക്ഷ നീക്കിടാം
കടക്കാം തെല്ലു വെളിയിൽ
കാലമെന്തെന്നു നോക്കിടാം."

ഉള്ളൂരിന്റെ അന്നും ഇന്നും എന്ന കവിതയിലെ ചില വരികളാണിത്.''

സൂരജ് അക്ഷരാർത്ഥത്തിൽ ഞെട്ടിയിരിക്കുകയാണ്. അയാൾ വാ പൊളിച്ചു ഇരുന്നു.

''മരിച്ചാലുടൻ നിങ്ങൾ മറക്കപ്പെടാതിരിക്കണമെങ്കിൽ ഒന്നുകിൽ വായിക്കാൻ കൊള്ളാവുന്നത് വല്ലതും എഴുതുക. അല്ലെങ്കിൽ എഴുതാൻ കൊള്ളാവുന്ന വല്ലതും പ്രവർത്തിക്കുക. ബഞ്ചമിൻ ഫ്രാങ്ക്ളിന്റെ വാക്കുകളാണിത്.''

സൈദ് തുടർന്ന് സംസാരിക്കുകയാണ്. ജനങ്ങളും അതുകേട്ടു തരിച്ചിരിക്കുകയാണ്.

''ചില കോട്ടിങ്ങുകൾ കാണാപാഠം പഠിച്ചിട്ടു വന്നിരിക്കുകയാണല്ലോ.''

പഞ്ചായത്തുപ്രസിഡണ്ടു പതിയെ സൂരജിനോട് ചോദിക്കുന്നു. പ്രധാനമന്ത്രിമാരൊക്കെ ചെയ്യുന്ന പോലെ തുടക്കത്തിൽ അല്പം മലയാളം കാണാപാഠം പഠിച്ചു പറയുന്നതായിരിക്കും. എന്നാലും എന്തൊരു ഭാഷാശുദ്ധി. സൂരജ് അതിശയിച്ചു.

സൈദ് തുടരുകയാണ്

''സ്വാതി കീർത്തനങ്ങളും രവിവർമയുടെ ഛായക്കൂട്ടുകളും സൂക്ഷിക്കുന്ന അനന്തപുരി, വേലുത്തമ്പിയുടെ ഓർമ്മകളോടെ പായുന്ന കെട്ടുവള്ളങ്ങളുള്ള കൊല്ലം, പമ്പയാറിന്റെ തീരങ്ങളിൽ ശരണമന്ത്രങ്ങൾ മുഴങ്ങുന്ന പത്തനംതിട്ട, കായൽപ്പരപ്പിൽ ആവേശത്തുഴയെറിയുന്ന ആലപ്പുഴ, അക്ഷരസംസ്കൃതിയുടെ പ്രണയ ദീപമായ കോട്ടയം, നീലക്കുറിഞ്ഞി പൂക്കുന്ന ഇടുക്കി, ചീനവലകൾ കാറ്റിലാടുന്ന എറണാകുളം, പൂരങ്ങളുടെ തലയെടുപ്പുള്ള തൃശ്ശൂർ, കതിര് കനക്കുന്ന പാലക്കാട്, മാമാങ്കത്തിന്റെ മഹാ സ്മരണ വീശുന്ന മലപ്പുറം, ചരിത്രവും മധുരവും നിറയുന്ന കോഴിക്കോട്, പഴശ്ശിയുടെ വാൾമുഴക്കങ്ങൾ കേട്ട വയനാട്, ദൈവങ്ങൾ തെയ്യങ്ങളായി ചുവടുവയ്ക്കുന്ന കണ്ണൂർ, യക്ഷഗാനത്തിന്റെ ശീലുകൾ മുഴങ്ങുന്ന കാസർഗോഡ്. എത്ര ആവേശകരമായിരുന്നു കേരളത്തെക്കുറിച്ചുള്ള എന്റെ അറിവ്. എത്ര നദികൾ, എത്ര കവികൾ, കലാകാരന്മാർ. പക്ഷേ...''

എല്ലാവരും സൈദിന്റെ വാക്ചാതുരിയിൽ അറിയാതെ മുഴുകിപ്പോയിരുന്നു. സൂരജ് അക്ഷരാർത്ഥത്തിൽ ഞെട്ടിത്തരിച്ചു ഇരിക്കുകയാണ്.

''നിങ്ങൾ എന്നെ നിരാശപ്പെടുത്തിക്കളഞ്ഞു. ആരും തെറ്റിദ്ധരിക്കരുത്. എനിക്ക് പറയാതിരിക്കാൻ വയ്യ.''

സൈദ് തുടർന്നു. എന്താണ് പറയാൻ തുടങ്ങുന്നതെന്നറിയാതെ എല്ലാവരും ആകാംക്ഷയോടെ ശ്വാസം അടക്കി ഇരുന്നു.

''എങ്ങും മാലിന്യങ്ങൾ, ചുവരെഴുത്തുകൾ, ട്രാഫിക് ബ്ലോക്കുകൾ, മര്യാദ ഇല്ലാത്ത ഡ്രൈവിംഗ്, സംസ്കാരമില്ലാത്ത പ്രവർത്തനങ്ങൾ, ഇതായിരുന്നില്ല ഞാൻ അറിഞ്ഞ കേരളം.''

കുട്ടികൾ തല താഴ്ത്തി.

''കേരളം സ്വപ്നം കണ്ട് ഇവിടെ വരുന്ന വിദേശികളെ നിങ്ങൾ വേദനയോടെ തിരിച്ചു പറഞ്ഞയയ്ക്കരുത്. നിങ്ങൾക്കറിയില്ല വിനോദ സഞ്ചാരംകൊണ്ട് ഒരു രാജ്യത്തിനുണ്ടാവുന്ന നേട്ടങ്ങൾ. എല്ലാ ഛായക്കൂട്ടുകളും പ്രകൃതി തന്നെ ഒരുക്കി വച്ചിട്ടുണ്ട്. ഇവിടെ പക്ഷേ നിങ്ങൾ അതിനെ മുറിവേൽപ്പിക്കുകയാണ്. അന്യനാട്ടിൽ വന്നാൽ മാന്യത കാണിക്കുന്ന മലയാളികൾ എന്തേ സ്വന്തം നാട്ടിൽ ഇങ്ങനെയാവുന്നു?''

വേദിയിലുള്ളവർ മുഖത്തോടു മുഖം നോക്കി.

''മുതിർന്നവരെ ഇനി പാകപ്പെടുത്താൻ കഴിയുമെന്ന് തോന്നുന്നില്ല. മക്കളേ, നിങ്ങൾ ഈ സംസ്കാരത്തെ അറിഞ്ഞു ജീവിക്കൂ. കേരളത്തെ ലോകത്തിന്റെ മുന്നിൽ അഭിമാനത്തോടെ കാഴ്ച വെയ്ക്കൂ. അതിന് ഇനി പുതിയ തലമുറക്കേ കഴിയൂ. എന്നെ ഇവിടെ ക്ഷണിച്ചതിന് ഇതിന്റെ ഭാരവാഹികൾക്കും എന്റെ പ്രിയ സാരഥി സൂരജിനും നന്ദി, നമസ്കാരം.''

സൈദ് പ്രസംഗം അവസാനിപ്പിച്ചു. അല്പനേരത്തെ നിശ്ശബ്ദത പിന്നെ നീണ്ട കയ്യടി.

വാക്കുകൾക്കതീതമായിരുന്നു പിന്നെ അവിടെ നടന്ന ഓരോ രംഗങ്ങളും. എല്ലാവരും സ്നേഹം കൊണ്ട് സൈദിനെ വീർപ്പു മുട്ടിച്ചു. ഒപ്പം നിന്ന് സെൽഫി എടുക്കുന്നവരുടെ ഇടയിൽ നിന്നും ഒരു വിധത്തിലാണ് സൂരജ് അദ്ദേഹത്തെ കാറിലേക്ക് കയറ്റിയത്. അന്ന് ആദ്യമായി ഒരു അറബിയോട് സൂരജിന് ബഹുമാനം തോന്നി.

പതിനേഴ്

"അയാൾക്ക് മലയാളം അറിയില്ലെന്ന് കരുതി എന്തൊക്കെ വേണ്ടാതീനങ്ങളാണ് ഞാൻ പറഞ്ഞിരുന്നത്!"

കഞ്ഞി കുടിച്ചു കൊണ്ടിരിക്കവേ സൂരജ് ചമ്മലോടെ പറഞ്ഞു. അത് കേട്ട് സിത്താരയ്ക്ക് പരിഭ്രമം കൂടി.

"എങ്ങനെ അറബിയുടെ മുഖത്തു ഞാൻ ഇനി നോക്കും?" സൂരജ് ചോദിച്ചു.

കഥകൾ അറിഞ്ഞു കാര്യമായി സംശയം തോന്നിയ സിത്താര ചോദിച്ചു.

"അയാളുടെ ഫോട്ടോ വല്ലതും കയ്യിലുണ്ടോ?"

"സത്യം പറയാമല്ലോ ചേച്ചി, ഒരു സെൽഫി എടുക്കാൻ പോലും ഇതുവരെ എനിക്ക് തോന്നിയിരുന്നില്ല. ആ പിന്നെ ആരൊക്കെയോ അയാളുടെ പ്രസംഗം മൊബൈലിൽ പകർത്തിയിട്ടുണ്ട്. ഞാൻ സംഘടിപ്പിക്കാം."

സിത്താര അതുകേട്ടു ഒന്ന് മൂളി. അവളുടെ ഉള്ളിൽ ഒരു മണൽക്കാടു കിടന്നു തിളയ്ക്കാൻ തുടങ്ങിയിരുന്നു.

"ഷുക്കൂറേ, നീ പണി പഠിക്കാനാണോ, അതോ എന്നെ പ്രാന്ത് പിടിപ്പിക്കാനാണോ ഇവിടെ വരുന്നത്?" അബുക്ക കൂടെയുള്ള സഹായിയോട് ചോദിച്ചു.

"ഇങ്ങള് ഇത് കണ്ടോ, ഒരു അറബി മലയാളം പറയുന്നതിന്റെ വൈറൽ വീഡിയോ." മൊബൈൽ അബുക്കയ്ക്കു നീട്ടി ഷുക്കൂർ ചോദിച്ചു.

"മലയാളം പറയുന്ന അറബികളൊക്കെ ധാരാളം ഉണ്ട് ഷുക്കൂറേ." അബുക്ക അത് കാര്യമായി എടുക്കാതെ മറുപടി പറഞ്ഞു

"ഇത് അതുപോലല്ല. കേരളത്തിൽ വന്നു ഒരു സ്കൂളിലെ സ്റ്റേജിൽ കയറിയാണ് മലയാളികളെ നാണംകെടുത്തുന്ന വിധം മലയാളത്തിൽ

കവിത ചൊല്ലുന്നത്.'' ഷുക്കൂർ അബുക്കയ്ക്കു വീഡിയോ കാണിച്ചു കൊടുത്തു

''പടച്ചോനെ ഇത് സൈദാണല്ലോ.'' അബുക്ക അതിശയത്തോടെ പ്രതികരിച്ചു.

''അപ്പൊ അറബി അല്ലേ?'' ഷുക്കൂറിനു സംശയമായി.

''ഇത് എന്നത്തെ വീഡിയോ ആണ്.'' അബുക്ക ആരാഞ്ഞു.

''രണ്ടു ദിവസം മുന്നേ ഇറങ്ങിയതാണ്. ഇപ്പോ തന്നെ എത്ര ഗ്രൂപ്പിലാ ഷെയർ ചെയ്തിട്ടുള്ളത് എന്ന് ഒരു പിടിയും ഇല്ല. എല്ലാ ഗ്രൂപ്പിലും ഇതുതന്നെ.'' ഷുക്കൂർ മറുപടി പറഞ്ഞു

''ഷുക്കൂറേ, നീ നിന്റെ കൂട്ടുകാരെ ഒക്കെ ഒന്ന് ഏർപ്പാടാക്കൂ. ഈ അറബി ഇപ്പൊ കേരളത്തിൽ ഉണ്ടെങ്കിൽ അയാളെ എനിക്ക് കാണണം.'' അബുക്ക പറഞ്ഞു

''അതെന്തിനാണ്?'' ഷുക്കൂറിനു കാര്യം മനസ്സിലായില്ല.

''സമയം കളയാതെ പറഞ്ഞത് ചെയ്യടാ ബാലാലേ.'' അബുക്ക ആജ്ഞാപിച്ചു.

സൈദിന്റെ പ്രസംഗം കേരളത്തിൽ വലിയ ചലനങ്ങളാണ് സൃഷ്ടിക്കുവാൻ പോകുന്നതെന്നു അത് കണ്ടവരുടെ ഉള്ളു മന്ത്രിക്കുവാൻ തുടങ്ങി. മാലിന്യം വലിച്ചെറിയുന്നവരെ പിടിക്കാൻ പല ഇടങ്ങളിലും സന്നദ്ധപ്രവർത്തകർ തയ്യാറെടുത്തു കഴിഞ്ഞിരുന്നു. വ്യക്തിപരമായി സ്വന്തം നാട് നശിക്കണം എന്ന് ആർക്കും ആഗ്രഹമില്ല എന്നും മാലിന്യം 'ഇവിടെ വലിച്ചെറിയരുത്. അവിടെ വലിച്ചെറിയരുത്' എന്നൊക്കെ പറയുന്നവർ എവിടെയാണ്, ഇത് ഇടേണ്ടത് എന്ന് പറഞ്ഞു തരൂ എന്നൊക്കെയുള്ള തർക്കങ്ങളോടൊപ്പം ചാനലുകളിൽ കൊടുമ്പിരി കൊള്ളുന്ന ചർച്ചകളും തുടങ്ങി. ഗൾഫ് നാടുകളിൽ ഉള്ളതുപോലെ വേസ്റ്റ് ഇടാൻ നല്ല സംവിധാനം ഉണ്ടാക്കൂ, എന്നിട്ടും അത് അനുസരിക്കാത്തവർക്കെതിരെ കർശന നടപടി എടുക്കു എന്നൊക്കെയുള്ള അഭിപ്രായങ്ങൾ പൊങ്ങി വന്നു.

സൈദ് തിരിച്ചു പോകുന്നതിനു മുൻപ് ഈ നാട് വൃത്തിയും ശുദ്ധിയും ഉള്ളതാക്കുവാൻ കക്ഷിരാഷ്ട്രീയ ഭേദമന്യേ എല്ലാവരും തയ്യാറെടുക്കണമെന്നു മുഖ്യമന്ത്രി തന്നെ പത്രസമ്മേളനത്തിൽ പറഞ്ഞു.

സൂരജ് സൈദിനെയും കൊണ്ട് ഒരുപാടു സ്വീകരണ വേദികളിൽ കയറിയിറങ്ങി. ഒരു അറബി മുഖാന്തിരം അയാൾക്ക് സ്വന്തം നാട്ടിൽ തല ഉയർത്തി നടക്കാം എന്ന അവസ്ഥ വന്നു. സിത്താര മാത്രം മകനെയും ചേർത്ത് പിടിച്ചു മരവിച്ചു ഇരുന്നു.

പതിനെട്ട്

വിലകൂടിയ ഒരു കളിപ്പാട്ടം കൈയിൽ പിടിച്ചു അതിശയത്തോടെ അർബാബിന്റെ മടിയിൽ ഇരിക്കുകയാണ് അനിക്കുട്ടൻ.

''ഐനക യാ സിത്താര?'' അഹ്മദ് സിദ്ധിഖിനോട് ചോദിച്ചു.

''അവൾ വന്നില്ല. അവൾക്ക് അങ്ങയെ കാണാൻ മടി.'' സിദ്ധിഖ് മറുപടി പറഞ്ഞു.

അറബിയുടെ പ്രതികരണം എന്തായിരിക്കും എന്നറിയാതെ റൈഹാനയും നോക്കി നിന്നു.

''നിങ്ങൾ കുറച്ചു നേരം മാറി നിൽക്കൂ. ഞാൻ എന്റെ മകനോട് തനിച്ചൊന്നു സല്ലപിക്കട്ടെ.'' അഹ്മദ് ഓർഡർ ഇട്ടു.

ആശ്വാസത്തോടെ സിദ്ധിഖും റൈഹാനയും റൂമിനു വെളിയിലേക്കു ഇറങ്ങി.

''കണ്ടില്ലേ നമ്മൾ ഭയപ്പെട്ടപോലെ ഒന്നും സംഭവിച്ചില്ല. പിന്നെന്താണ്?'' പുറത്തെ കസേരകളിൽ ആകാംക്ഷയോടെ ഇരിക്കുന്ന ബാബുവിനോടും സുമിയോടും സിദ്ധിഖ് ചോദിച്ചു.

സമയം ഇഴഞ്ഞു നീങ്ങി.

''ബാബുവേട്ടാ, ഇതിൽ കൂടുതൽ എനിക്ക് ക്ഷമിക്കാൻ പറ്റില്ല കേട്ടോ. എനിക്കെന്റെ മോനെ കിട്ടണം.'' സുമിക്കു ക്ഷമ കെട്ടു തുടങ്ങി.

കുറച്ചു നേരം കൂടി കഴിഞ്ഞപ്പോൾ രണ്ടും കൽപ്പിച്ചു സിദ്ധിഖ് അകത്തേക്ക് പോയി. എല്ലാവരും ആകാംക്ഷയോടെ പുറത്തു കാത്തു നിന്നു അല്പം കഴിഞ്ഞു നിരാശയോടെ അയാൾ തിരിച്ചു വന്നു. എല്ലാ മുഖങ്ങളിലും ചോദ്യഭാവം.

''കുറച്ചു നേരം കൂടി കഴിയട്ടെ എന്നാണ് പറയുന്നത്.'' സിദ്ധിഖ് സുമിയെ സമാധാനിപ്പിക്കുന്ന മട്ടിൽ പറഞ്ഞു.

''അതൊന്നും ശരിയാവില്ല ഇക്ക. എന്തെങ്കിലും പറഞ്ഞു അവനെ

തിരിച്ചു കൊണ്ട് വാ. ഇല്ലെങ്കിൽ സംഗതി സീനാവും കേട്ടോ.'' സുമി ശബ്ദമുയർത്തി

''കുട്ടിയെ അർബാബ് തിരിച്ചു തരാതെ എന്ത് ചെയ്യാനാണ്?'' സിദ്ധിഖ് വരാന്തയിലൂടെ അങ്ങുമിങ്ങും നടന്നു.

സുമി ബഹളമുണ്ടാക്കാൻ തുടങ്ങിയിരുന്നു. അവസാനം നിവൃത്തിയില്ലാതെ വീണ്ടും സിദ്ധിഖ് അകത്തേക്ക് നടന്നു. സുമിയും കൂടെ ചെന്നു.

''നീ പോയി ഇവന് രണ്ടു ജോടി വസ്ത്രം വാങ്ങിക്കൂ. പിന്നെ എത്രയും പെട്ടെന്ന് ഇവന് പാസ്പോർട്ട് എടുക്കണം.''

അഹ്മദ് കുറച്ചു പണം നീട്ടിക്കൊണ്ടു സിദ്ധിഖിനോട് പറഞ്ഞു.

''അത് പിന്നെ സിത്താര സമ്മതിക്കുമോ?'' പരിഭ്രമത്തോടെ സിദ്ധിഖ് ചോദിച്ചു.

''സമ്മതിപ്പിക്കൂ. എനിക്കിവനെ കാണാതിരിക്കാൻ പറ്റില്ല.'' അർബാബ് ശബ്ദമുയർത്തി.

നിവൃത്തി ഇല്ലാതെ അറബി നീട്ടിയ പണവും വാങ്ങി സിദ്ധിഖ് തിരിച്ചു നടന്നു.

''എന്താണ് അയാൾ പറയുന്നത്?'' പുറകെ നടന്ന സുമിക്ക് ആധിയായി.

''ഇത് മോന് പുതിയ വസ്ത്രം വാങ്ങാനുള്ളതാണ്. നമുക്ക് പോയി വാങ്ങി വരാം.''

സിദ്ധിഖ് പണം സുമിയെ ഏൽപ്പിക്കാൻ ശ്രമം നടത്തി. പക്ഷേ അവൾ അത് വാങ്ങിയില്ല.

''ഇത് ശരിയാവില്ല സിദ്ധിക്കാ. ഇത് തീകൊണ്ടുള്ള കളിയാണ്. എനിക്ക് പേടിയാവുന്നുണ്ട്.''

അത്രയും പറഞ്ഞു സുമി റൂമിലേക്ക് ചെന്ന് അറബിയുടെ എതിർപ്പ് വകവെയ്ക്കാതെ വളരെ വേഗം അനിക്കുട്ടനെയും വിളിച്ചു വെളിയിലേക്ക് ഇറങ്ങി.

''ഹിമാർ.'' അർബാബ് ഉറക്കെ ഒച്ച വച്ചു.

ആശുപത്രി ജീവനക്കാർ കാര്യമറിയാതെ ഓടി വന്നു.

പത്തൊമ്പത്

ഏതോ പരിസ്ഥിതി പ്രവർത്തക കൂട്ടായ്മ സൈദിന് സ്വീകരണം ഒരുക്കിയിരിക്കുന്ന വേദിക്കു പുറകിലായി സൂരജ് ഷൺമുഖനുമായി ഫോണിൽ സംസാരിച്ചു നിൽക്കുകയായിരുന്നു.

''എട്ടിന്റെ പണി കൊടുക്കണം എന്ന് ഉദ്ദേശിച്ചു കൂടെ കൂട്ടിയതാണ് അയാളെ. ഇതിപ്പോ ഞാനും ഫേയ്മസായി എന്നാണ് തോന്നുന്നത് ഷൺമുഖാ.''

''വല്ലവരും ചെയ്ത കുറ്റത്തിന് ഇയാളെന്തു പിഴച്ചു?''

''അതെ ഷൺമുഖാ, ശരിക്കും ഉള്ളവനെ ഇയാള് വഴി കണ്ടെത്തണം. ദുബായിൽ ചെന്നിട്ടായാലും വേണ്ടില്ല അവനിട്ടു പണിയണം.''

ചടങ്ങുകഴിഞ്ഞു സൈദ് ഇറങ്ങുമ്പോൾ ആണ് സൂരജിന് അയൽവാസി ശാന്തയുടെ ഫോൺ വരുന്നത്. അതുകേട്ട് അയാൾ ഒന്ന് പകച്ചു.

''സാറേ, എന്റെ പെങ്ങളുടെ കുട്ടി വീണു കൈയൊടിഞ്ഞു ആശുപത്രിയിലാണ്. ഒന്ന് പോകണമായിരുന്നു.'' സൂരജ് സൈദിന്റെ അടുത്തു ചെന്ന് വെപ്രാളത്തോടെ പറഞ്ഞു.

''നോ പ്രോബ്ലം. പോകാം.''

സൈദ് സമ്മതിച്ചു. ഒന്നോ രണ്ടോ സെൽഫിക്ക് നിന്ന് കൊടുത്തുകൊണ്ട് സൈദ് പെട്ടെന്ന് യാത്ര പറഞ്ഞു വാഹനത്തിൽ കയറി.

''പെങ്ങൾ എന്ത് ചെയ്യുന്നു?'' യാത്രയ്ക്കിടയിൽ സൈദ് ചോദിച്ചു.

''അവൾ കുട്ടികളെ വീട്ടിലിരുന്നു പാട്ടു പഠിപ്പിക്കുകയാണ്.''

സൂരജ് മറുപടി പറഞ്ഞു. പെങ്ങൾക്ക് സംഭവിച്ച കാര്യങ്ങൾ ഇയാളോട് പറഞ്ഞാലോ എന്ന് ഒരു വേള സൂരജ് ചിന്തിച്ചു.

സ്വന്തം നാട്ടുകാരനെതിരെയുള്ള പരാതി അയാൾ എന്ത് മാനസികാവസ്ഥയിലാണ് കേൾക്കുക എന്ന ഭയം സൂരജിന്റെ മനസ്സിനെ മഥിച്ചു.

''സൂരജ് എന്താ കല്യാണം കഴിക്കാത്തത്?'' സൈദ് ചോദിച്ചു.

''അതിനുള്ള സമയം ആവുന്നല്ലേ ഉള്ളൂ.''

''സാറിന്റെ വിവാഹം കഴിഞ്ഞതാണോ?''

''ഇല്ല.''

''അവിടെ പിന്നെ അതിന്റെ ഒന്നും ആവശ്യം ഇല്ലല്ലോ അല്ലേ.'' സൂരജ് ചോദിച്ചു.

ആ ചോദ്യത്തിലെ തമാശ ആസ്വദിച്ച് സൈദ് ഒന്ന് പുഞ്ചിരിച്ചു. അങ്ങനെ ഒരു ചോദ്യം വേണ്ടിയിരുന്നില്ല എന്ന ഭാവത്തിൽ സൂരജും കൂടുതൽ സംസാരിക്കാതെ ഇരുന്നു.

''എന്തോ ഒരു വിഷമം സാറിന്റെ മുഖത്തുണ്ട്. ഞാൻ അത് കുറെ ദിവസമായി ശ്രദ്ധിക്കുന്നു.'' സൂരജ് കുറച്ചു കൂടി അടുപ്പം കാണിക്കുന്ന മട്ടിൽ ചോദിച്ചു.

''വിഷമം ഇല്ലാത്തവരായി ആരാണുള്ളത് സൂരജേ?''

''ഇത്രയും കാശുകാരനായിട്ടും?''

''കാശുകൊണ്ടൊന്നും തീർക്കാനാവാത്ത വിഷമങ്ങളുണ്ട് സൂരജേ.''

കൂടുതലൊന്നും ചോദിക്കാൻ നിൽക്കാതെ സൂരജ് ഡ്രൈവിങ്ങിൽ ശ്രദ്ധിച്ചു. പല ഇടങ്ങളിലും സൈദിന്റെ കട്ട് ഔട്ടറുകൾ പൊങ്ങി യിട്ടുണ്ട്.

''സാർ അത് കണ്ടോ.''

ഒന്ന് രണ്ടെണ്ണം സൂരജ് കാണിച്ചു കൊടുത്തു. സൈദ് അത് കണ്ട് ആസ്വദിച്ചു. സിത്താരയെക്കൊണ്ടുണ്ടായ ഏക ഗുണം അയാൾ മനസ്സിൽ പറഞ്ഞു

''ഒരു പത്തു മിനിട്ടു വെയ്റ്റ് ചെയ്യണേ.''

ആശുപത്രി മുറ്റത്ത് വാഹനം ഒതുക്കി സൂരജ് പറഞ്ഞു.

''നോ പ്രോബ്ലം.'' സൈദ് തലയാട്ടി.

സൂരജ് തിരക്ക് പിടിച്ചു വാർഡിലേക്ക് നടന്നു. പഴയ പോലെ അല്ല. പുറത്തിറങ്ങിയാൽ സെൽഫി എടുക്കുവാനുള്ളവരുടെ ബഹള മാണ്. സൈദിന് ചെറിയ അസ്വസ്ഥത വന്നു തുടങ്ങിയിരുന്നു. അതു കൊണ്ട് അയാൾ വാഹനത്തിനകത്തുതന്നെ ഇരുന്നു. എന്നിട്ടും സൈദിനെ ചിലർ തിരിച്ചറിഞ്ഞു. നിവൃത്തി ഇല്ലാതെ അയാൾ പുറ ത്തിറങ്ങി.

''അർബാബ് ഇയാളെ അറിയുമോ?'' സെൽഫി എടുത്തതിനു ശേഷം മൊബൈലിലെ ഒരു ഫോട്ടോ കാണിച്ച് ഷുക്കൂർ ചോദിച്ചു.

സൈദ് അബുക്കയെ തിരിച്ചറിഞ്ഞു.

''ഇദ്ദേഹം ഇപ്പൊ എവിടെ ഉണ്ട്.''

''ഞാൻ വീഡിയോ കോൾ ചെയ്യാം.'' ഷുക്കൂർ ഉത്സാഹത്തോടെ അബുക്കയെ വിളിച്ചു.

കൂടുതൽ ആരാധകർ ചുറ്റും കൂടുന്നത് കണ്ട് ഷുക്കൂറിനൊപ്പം വന്നവർ അവരെ മാറ്റി നിറുത്തി.

''അത്യാവശ്യമായി എനിക്കൊന്നു കാണണം. എവിടെയാണെങ്കിലും ഞാൻ വരാം.'' അബുക്ക സൈദിനോട് പറഞ്ഞു.

''വേണ്ട. ഞാൻ അങ്ങോട്ട് വരാം. അബുക്കയുടെ വീടും എനിക്ക് കാണാമല്ലോ.'' സൈദ് ആഹ്ലാദത്തോടെ മറുപടി കൊടുത്തു.

''എന്നാൽ ഒട്ടും വൈകണ്ട. ഇന്ന് തന്നെ ആവട്ടെ. എത്തിച്ചേരേണ്ട ഇടം ഷുക്കൂർ പറഞ്ഞു തരും.'' അബുക്ക ഫോൺ കട്ടുചെയ്തു.

''ആഹാ അറബിക്ക് ഫാൻസ് കൂടിയല്ലോ.''

തട്ടിൻമുകളിലെ വരാന്തയിലൂടെ കാലിൽ പ്ലാസ്റ്റർ ഇട്ട ഇഷാനെയും എടുത്തു വരുന്ന സൂരജ് താഴേക്കു നോക്കി പറഞ്ഞു. അപ്പോഴാണ് സിത്താര സൈദിനെ കാണുന്നത്.

ഇങ്ങനെ ഒരു കണ്ടുമുട്ടൽ ഉണ്ടാവാതിരിക്കാൻ വേണ്ടിയായിരുന്നു മകൻ വീണു കാലൊടിഞ്ഞിട്ടും സിത്താര അനിയനെ അറിയിക്കാതിരുന്നത് പക്ഷേ അയൽക്കാരി വിളിച്ചു പറയുമെന്ന് അവൾ പ്രതീക്ഷിച്ചിരുന്നില്ല. ഇപ്പോഴും തന്നെക്കുറിച്ചു തെറ്റിദ്ധാരണയുള്ള ഒരാളുടെ മുന്നിൽ ചെന്ന് നിൽക്കുക എന്നു വച്ചാൽ അത് ചിന്തിക്കാൻ പോലും സിത്താരയ്ക്ക് കഴിഞ്ഞില്ല. മറ്റൊരു ഉപായവും തോന്നാത്തതിനാൽ മരുന്നിന്റെ കുപ്പി ബോധപൂർവം അവൾ താഴെ ഇട്ടു കുപ്പി പൊട്ടി മരുന്ന് ചുറ്റും പരന്നു. ഞെട്ടിത്തിരിഞ്ഞ സൂരജ് ആ കാഴ്ച കണ്ടു ഒരു നിമിഷം നിന്നു.

''സാരമില്ല, വേറെ വാങ്ങാം.'' സൂരജ് ആശ്വസിപ്പിച്ചു

''നീ അറബിയേയും കൂട്ടി പൊക്കൊളൂ. ഞങ്ങൾ മരുന്നും വാങ്ങി വന്നുകൊള്ളാം.''

സിത്താര മകനെ എടുക്കാൻ ശ്രമിച്ചുകൊണ്ട് പറഞ്ഞു.

''ഏയ്, അതൊന്നും വേണ്ട. അയാൾക്കൊരു തിരക്കും ഇല്ല. നിങ്ങളെ വീട്ടിൽ എത്തിച്ചിട്ടു പോയാൽ മതി എന്നാണ് പറഞ്ഞത്.''

''അതല്ല എനിക്ക് ഇവിടെ സൊസൈറ്റിയിൽ ഒന്ന് കയറണം. വീണ്ടും വരേണ്ടല്ലോ, മരുന്നും വാങ്ങി ഞങ്ങൾ പതിയെ വരാം.''

സിത്താരയുടെ നിർബന്ധം കൂടിയപ്പോൾ സൂരജ് സമ്മതിച്ചു.

''എന്നാൽ ഞാൻ മോനെ കൊണ്ടുപോകാം. ചേച്ചി വരുന്നവരെ ജാനുവേച്ചിയുടെ അടുത്ത് നിർത്താം.''

''അറബിക്ക് അതൊക്കെ ബുദ്ധിമുട്ടാവില്ലേ.''

''എന്തോന്ന് ബുദ്ധിമുട്ട്? ആ അറബി ഒരു പാവമാണ് കേരളത്തിൽ ജനിക്കേണ്ടതിനു പകരം എങ്ങനെയോ അപ്പുറത്തു ജനിച്ചു. അത്രമാത്രം. ദേ, ഇവനെപ്പോലെ.''

ആ വാക്കുകൾ സിത്താരയിൽ വല്ലാത്ത ഒരു വിങ്ങലുണ്ടാക്കി.

''വാ, ഞാൻ പരിചയപ്പെടുത്താം. ചേച്ചിക്ക് അറബി ഭാഷ അറിയുന്നതല്ലേ. ഒന്ന് ഷൈൻ ചെയ്യാം.'' സൂരജ് പറഞ്ഞു.

''ഏയ്, അതൊക്കെ പിന്നെ ആവാം. എന്നാൽ നീ മോനെയും കൊണ്ടുപൊക്കോ. ഞാൻ മരുന്നും വാങ്ങി സൊസൈറ്റിയിലും കയറി ഓട്ടോ പിടിച്ചു വന്നേക്കാം.''

മറുപടിക്കു കാത്തു നിൽക്കാതെ സിത്താര ആശുപത്രിയുടെ ഇരുൾ നിറഞ്ഞ നീണ്ട വരാന്തയിലൂടെ തിരക്കിട്ടു പോകുന്നത് സൂരജ് നേരിയ സംശയദൃഷ്ടിയോടെ നോക്കി നിന്നു.

''ബിസ്മി ഹോട്ടലിലേക്ക് ഒന്ന് പോകണം.'' ഇഷാനെ എടുത്തു കാറിൽ കയറവേ സൈദ് പറഞ്ഞു.

''പോകാമല്ലോ. അവിടത്തെ കുഴിമന്തി ഫേയ്മസാണ്.'' സൂരജ് വാഹനം സ്റ്റാർട്ട് ചെയ്തു.

''അവനെ പിൻസീറ്റിൽ ഇരുത്തിക്കോളൂ. സാറിന് ബുദ്ധിമുട്ടാവും.''

''ഇവിടെ ഇരുന്നോട്ടെ.'' സൈദ് വാത്സല്യത്തോടെ ഇഷാന്റെ മുടിയിൽ തലോടികൊണ്ടു പറഞ്ഞു

''എന്തിനാണ് കാലൊടിച്ചത്?'' സൈദ് അവനോടു ചോദിച്ചു.

''ആരെങ്കിലും കാല് വേണമെന്ന് കരുതി ഒടിക്കുമോ.'' ഇഷാൻ തിരിച്ചു ചോദിച്ചു.

അത് കേട്ട് സൈദ് ഉറക്കെ ചിരിച്ചു.

''മഹാകുസൃതിയാണ് സർ.'' സൂരജ് ആഹ്ലാദത്തോടെ പറഞ്ഞു.

''ഈ പ്രായത്തിൽ അൽപ്പം കുസൃതി ഒക്കെ വേണം.'' സൈദ് ഇഷാനെ പിന്താങ്ങി.

''വൈറലായ അറബിയുടെ കൂടെ എനിക്കും ഒരു സെൽഫി എടുക്കണം.'' ഇഷാൻ പറഞ്ഞു.

''എത്ര വേണമെങ്കിലും എടുക്കാലോ.'' സൈദ് അവന്റെ കവിളിൽ മുത്തിക്കൊണ്ടു പറഞ്ഞു.

''എനിക്ക് അറബിയിൽ പത്തുവരെ എണ്ണാൻ അറിയാം.''

''ആഹാ, എന്നാ ഒന്ന് കേൾക്കട്ടെ.''

ഇഷാൻ എണ്ണാൻ തുടങ്ങി.

''ഇതാരാണ് മോനെ പഠിപ്പിച്ചത്.''

''എന്റെ അമ്മ.''

''കൊള്ളാമല്ലോ.''

''എന്റെ ചേച്ചി കുറച്ചു കാലം യുഎയിൽ ഉണ്ടായിരുന്നു.''

''ഓ, അത് ശരി ഇഷാന്റെ അച്ഛൻ?''

''മരിച്ചു പോയി.'' സൂരജ് കള്ളം പറഞ്ഞു.

''ഞാൻ അറബിപാട്ടു പാടും.'' ഇഷാൻ ആ സാഹചര്യത്തെ മാറ്റിമറിച്ചു.

''ആഹാ, അത് കൊള്ളാമല്ലോ. എന്നാൽ മോൻ ഒന്ന് പാട്.''

ഇഷാൻ പാട്ടു പാടാൻ തുടങ്ങിയ ഉടൻ സൈദ് വിയർക്കാൻ തുടങ്ങി. അത് സിതാരയ്ക്കു സൈദ് പഠിപ്പിച്ചു കൊടുത്ത പാട്ടായിരുന്നു.

''മോന്റെ അമ്മയുടെ പേരെന്താ?'' അയാൾ വിറയലോടെ ചോദിച്ചു.

''സിത്താര.'' സൈദ് അതുകേട്ട് വിയർത്തു.

''ഞാൻ വേറെ ഒരു പാട്ടു പാടട്ടെ?''

ഇഷാന്റെ ചോദ്യം സൈദ് കേട്ടില്ല. അയാളുടെ മനസ്സിൽ മണൽ കാറ്റു വീശിയടിക്കുകയായിരുന്നു. അറബിയുടെ മാറ്റം സൂരജ് ശ്രദ്ധിക്കുന്നുണ്ടായിരുന്നു. അയാൾക്ക് ഏതാണ്ടൊക്കെ കാര്യങ്ങൾ പിടികിട്ടിത്തുടങ്ങിയിരുന്നു.

സൈദും സൂരജിനെ കാര്യമായി ശ്രദ്ധിച്ചത് അപ്പോഴാണ്. ആ നാട്ടിലെ രണ്ടെണ്ണത്തെ എനിക്ക് കാറിനകത്തു കിട്ടി മോനേ. ഇനി ഞാൻ ഒരു കളി കളിക്കും. ആദ്യമായി സൂരജിന്റെ കാറിൽ കയറിയപ്പോൾ അയാൾ ഫോണിലൂടെ പറഞ്ഞ വാക്കുകൾ സൈദ് ഓർത്തു. തന്നെ ചതിച്ചു കടന്നുപോയവളുടെ കുഞ്ഞാണ് മടിയിൽ ഇരിക്കുന്നത്. ഇഷാൻ ഇരുന്ന ഭാഗമത്രയും സൈദിന് പൊള്ളാൻ തുടങ്ങി.

ഇരുപത്

‘‘**നി**ങ്ങളിങ്ങനെ ടെൻഷനൊന്നും അടിക്കേണ്ട അയാളുടെ പണം നമുക്ക് ഈ വീട് വിറ്റിട്ടെങ്കിലും കൊടുത്തു തീർക്കാം ’’ റൈഹാന സിദ്ധിഖിനെ സമാധാനിപ്പിച്ചു.

‘‘അതിനല്ലല്ലോ ഞാൻ ഈ കണ്ട നാടകം ഒക്കെ കളിച്ചത്.’’

അർബാബിന്റെ നമ്പറിൽ നിന്നും വന്ന ഫോൺകോൾ കട്ട് ചെയ്തുകൊണ്ട് സിദ്ധിഖ് പറഞ്ഞു.

‘‘പിന്നെ എന്ത് ചെയ്യാനാണ് പ്ലാൻ?’’

വീണ്ടും ഫോൺ റിങ് ചെയ്യുന്നു.

‘‘കുറച്ചു നേരം സ്വിച്ച് ഓഫ് ചെയ്തു വക്കുകയാണ് നല്ലത്.’’ റൈഹാന കോപത്തോടെ പറഞ്ഞു.

‘‘അതൊക്കെ കുറച്ചു നേരത്തേക്കല്ലേ പറ്റൂ. നീ പറഞ്ഞതു പോലെ ആ പെണ്ണ് ഇപ്പൊ എവിടെയാണെന്ന് കണ്ടെത്തണം. അങ്ങനെ ഒരു കുട്ടി അവൾക്കുണ്ടെങ്കിൽ അവനെയും കൂട്ടി ചെല്ലണം. അല്ലാതെ വേറെ വഴി ഇല്ല.’’

‘‘നിങ്ങൾക്കിത് എന്തിന്റെ സൂക്കേടാണ്. അവൾ വല്ലവന്റേം ഭാര്യയായി ജീവിക്കുകയായിരിക്കും. ’’

‘‘നീ യഥാർത്ഥ പ്രണയം എന്താണെന്നു മനസ്സിലാക്കിയിട്ടില്ല. അതുകൊണ്ടാ ഇങ്ങനെ ഒക്കെ പറയുന്നത്.’’

സിദ്ധിഖിന്റെ വാക്കുകൾക്ക് മറുപടി പറയാനാവാതെ റൈഹാന പതറി.

‘‘അവളെ കണ്ടെത്തിയാൽ കുറച്ചു കാശു കൈയിൽ വച്ച് കൊടുക്കുക. ഒരു അബദ്ധം പറ്റിപ്പോയി എന്നൊക്കെ പറഞ്ഞു ഒന്ന് സമാധാനിപ്പിക്കുക. അതേ വഴിയുള്ളൂ.’’ സിദ്ധിഖ് തീരുമാനമെടുത്തു.

‘‘അതെ തുടക്കത്തിൽ ചിലപ്പോൾ ക്ഷോഭിക്കുമായിരിക്കും. പക്ഷേ, അതൊക്കെ ഉണ്ടാവും എന്ന് തന്നെ കരുതി അങ്ങ് പോവുക.

തൽക്കാലം എന്ത് പറഞ്ഞാലും കേൾക്കുക. പണമെല്ലാം തിരിച്ചു തന്നോളാം എന്നൊക്കെ പറഞ്ഞു ഒന്ന് വളച്ചാൽ മതി.'' റൈഹാനയും പിന്താങ്ങി.

വീണ്ടും ഫോൺ റിങ് ചെയ്യുന്നു. സിദ്ധിഖ് നിവൃത്തിയില്ലാതെ ഫോൺ എടുത്തു.

''ഞാൻ സൈദാണ്. നിങ്ങൾ ഡ്രൈവർ സിദ്ധിഖ് അല്ലേ. നമുക്കൊന്ന് കാണേണ്ടിവരുമല്ലോ.''

സൈദിന്റെ ശബ്ദം കേട്ട സിദ്ധിഖ് വിറയലോടെ ഫോൺ സ്വിച്ച് ഓഫ് ചെയ്തു.

''**അ**പ്പോൾ ഞാൻ സംശയിച്ചത് ശരിയാണല്ലേ?'' കണ്ണിൽ കനലുമായി സൂരജ് സിത്താരയോട് ചോദിച്ചു.

സിത്താര മറുപടിയൊന്നും പറയാതെ നിറമിഴികളോടെ സൂരജിനെ നോക്കി.

''ഞാൻ നോക്കി ഇരുന്ന ആളാണ് അപ്പോൾ എന്റെ മുന്നിൽ വന്നു ചാടിയിരിക്കുന്നത്. ദൈവം എത്ര കനിവുള്ളവനാണ്.'' സൂരജ് കോപം കൊണ്ട് ജ്വലിച്ചു.

''അനിയാ, അയാൾ നിരപരാധിയാണ്. അയാളല്ല തെറ്റുകാരൻ.''

''അല്ല, തെറ്റുകാരൻ ഞാനാണ്. ഇത്രയും ദിവസം ആളെ മനസ്സിലാക്കാതെ കൊണ്ട് നടന്ന ഞാൻ ആണ് തെറ്റുകാരൻ.''

ഇഷാൻ ഭയന്ന് ഇരിക്കുകയാണ്. പതിവില്ലാതെ സൂരജിന്റെ ശബ്ദം ഉയരുന്നതറിഞ്ഞ് അയൽവാസികൾ വേലിക്കരികിലും മറ്റും വന്നു നിൽക്കുന്നുണ്ട്.

''എന്റെ അമ്മയുടെ സ്ഥാനമാണ് ഞാൻ നിങ്ങൾക്ക് തന്നിരുന്നത്. ഞാൻ എനിക്കു വേണ്ടിയല്ല ഇത്രയും കാലം ജീവിച്ചത്. എന്റെ പ്രാർത്ഥന കൊണ്ടാണ് എന്റെ കാറിൽ തന്നെ അയാൾ വന്നു കയറിയത്.''

''നീ കാര്യം മനസ്സിലാക്കാതെയാണ് ഇപ്പോഴും സംസാരിക്കുന്നത്. എനിക്ക് പറയാനുള്ളത് ഒന്ന് കേൾക്കൂ.''

''ഒരുപാടു തവണ ചോദിച്ചിട്ടും നീ ആരോടും ഒന്നും പറഞ്ഞില്ലല്ലോ. ഇനി ഒന്നും കേൾക്കണം എന്നില്ല.''

''സൂരജേ, നീ മനസ്സിലാക്കാത്ത ഒരുപാടു കാര്യങ്ങളുണ്ട്.''

''ഇനി എന്താടീ ഇതിൽ കൂടുതൽ മനസ്സിലാക്കാനുള്ളത്?'' അതുവരെ കാണാത്ത ഭാവമുമായി സൂരജ് എഴുന്നേറ്റു.

“അയാളെ എന്തെങ്കിലും ചെയ്താൽ സത്യമായും ഞാനും എന്റെ മകനും ജീവിച്ചിരിക്കില്ല. പറഞ്ഞേക്കാം.” സിത്താരയും ശബ്ദ മുയർത്തി.

“ആഹാ, ഇപ്പോഴും നിനക്ക് അയാളോടാണോ ചായ്‌വ്. അത് കൊള്ളാം. നീ ഇനിയും വയറ്റിൽ ഉണ്ടാക്കുന്നതിനേക്കാൾ ചാവു ന്നതാണ് നല്ലത്.”

സൂരജ് കാറിനടുത്തേക്ക് തിരക്കിട്ടു നടന്നു.

“സൂരജേ, നീ പറയുന്നതൊന്നു കേൾക്കൂ.” സിത്താര പുറകെ ചെന്ന് അപേക്ഷിച്ചു.

“ഒന്നും കേൾക്കേണ്ട എന്ന് പറഞ്ഞില്ലേ. ഞാൻ അയാളെ കൊന്നു ജയിലിൽ കിടന്നോളാം. അതാണ് പുറത്തു ജീവിക്കുന്നതിനേക്കാൾ എനിക്ക് അഭിമാനം.”

സൂരജ് കാറുമെടുത്തു പുറത്തേക്കു പോയി. കാറിനു പുറകെ ഇടവഴി വരെ സിത്താര ഓടി. അയൽവാസികൾക്കെല്ലാം ഏകദേശം കാര്യങ്ങൾ മനസ്സിലായ ആശ്വാസം.

നിരാശയോടെ സിത്താര തിരിച്ചു നടന്നു. അവൾ കുറച്ചു നേരം ചവിട്ടു പടിയിൽ തന്നെ ഇരുന്നു. കാര്യമറിയാനായി അയൽപക്കത്തു നിന്നും ശാന്ത പുറപ്പെട്ടിട്ടുണ്ടെന്നു മനസ്സിലായ സിത്താര പതിയെ എഴുന്നേറ്റ് ഉമ്മറത്തേക്ക് പോകാനൊരുങ്ങവേ ഒരു ടാക്സി മുറ്റ ത്തേക്ക് പ്രവേശിച്ചു. കാറിൽ നിന്നും ഇറങ്ങിയ ആളെ കണ്ട് സിത്താര തളർന്നുകുഴഞ്ഞു ചുമരിൽ ചാരി നിന്നു.

“സൈദ്.”

അവളുടെ ചുണ്ടുകൾ മന്ത്രിച്ചു

“വിരോധമില്ലെങ്കിൽ എന്റെ കൂടെ ഒന്ന് ഹോസ്പിറ്റൽ വരെ വരാമോ?”

സൈദ് ചോദിച്ചു.

“എനിക്ക് കാണണം എന്നില്ല.” എവിടന്നോ കിട്ടിയ ധൈര്യം വച്ച് സിത്താര മറുപടി പറഞ്ഞു.

“അയാളുടെ പേരക്കുട്ടിയെ കാണാൻ അയാൾക്ക് അവകാശം ഉണ്ട്.”

“ആഹാ, അയാളുടെ പേരക്കുട്ടിയാണെന്നു ഉറപ്പിച്ചോ?” അടക്കാ നാവാത്ത കോപത്തോടെയാണ് അവൾ ചോദിച്ചത്.

അറബിയെ കണ്ട് ശാന്തയും മറ്റു ചിലരും വീടിന്റെ അടുത്തേക്ക് വന്നു തുടങ്ങിയിരുന്നു.

അത് കണ്ടു സൈദ് വീടിന്റെ ഉമ്മറത്തേക്ക് കയറി. തൂണും ചാരി സിത്താര വിറച്ചു നിന്നു.

‘‘ഞാൻ ഇന്നാണ് അബുക്കയെ കണ്ടത്. അപ്പോഴാണ് കാര്യങ്ങളൊക്കെ അറിഞ്ഞത്.’’ സൈദ് വിഷമത്തോടെ പറഞ്ഞു.

സിത്താര ഒന്നും പറയാതെ നിന്നു. ഇഷാൻ ഓടി വന്ന് അറബിയെ നോക്കി.

‘‘മോനേ...’’ അയാൾ മകനെ വാരിയെടുത്തു മുത്തം കൊടുത്തു. ‘‘വരൂ, കഴിഞ്ഞതൊക്കെ കഴിഞ്ഞു. മനുഷ്യനല്ലേ, എല്ലാവരും അന്ന് അങ്ങനെ ഒക്കെ പറഞ്ഞപ്പോൾ അറിയാതെ തെറ്റിദ്ധരിച്ചു പോയി.’’

സൈദ് സിത്താരയ്ക്ക് അരികിലെത്തി ക്ഷമാപണം നടത്തി.

‘‘ആ തെറ്റിദ്ധാരണമൂലം എനിക്ക് അനുഭവിക്കേണ്ടി വന്നത്...’’

സിത്താരയുടെ നിയന്ത്രണം നഷ്ടപ്പെട്ടിരുന്നു. അവൾ കരഞ്ഞു കൊണ്ട് അകത്തേക്ക് ഓടി.

ഈ സമയം സൂരജിന്റെ കാറിനെ ഒരു വാഹനം പിന്തുടരുകയായിരുന്നു.

സൂരജ് അതൊന്നും ശ്രദ്ധിക്കാതെ കോട്ടയ്ക്കൽ ലക്ഷ്യമാക്കി കുതിച്ചുകൊണ്ടിരുന്നു. ഫോണിലേക്കു നിരന്തരം ഷണ്മുഖന്റെ കോൾ വരുന്നുണ്ടായിരുന്നു. പല തവണ കട്ട് ചെയ്തിട്ടും കോളിംഗ് തുടരുകയാണെന്ന് മനസ്സിലാക്കിയ സൂരജ് കാർ ഒതുക്കി ഫോൺ സ്വിച്ച് ഓഫ് ചെയ്തു. അടുത്ത നിമിഷം പിന്തുടരുന്ന കാർ മുന്നിൽ വന്നു നിന്നു.

‘‘സൂരജ് അല്ലേ? സിത്താരയുടെ സഹോദരൻ?’’ സിദ്ധിഖ് തിരക്കിട്ടു വാഹനത്തിൽ നിന്നും ഇറങ്ങി വന്നു ചോദിച്ചു.

‘‘അതെ നിങ്ങൾ ആരാണ്?’’ സൂരജ് കോപത്തോടെ തിരിച്ചു ചോദിച്ചു.

‘‘ഞാൻ നിങ്ങളുടെ പെങ്ങൾ സിത്താരയെ അറിയും, ഗൾഫിൽ വച്ച്, പലപ്പോഴും കണ്ടിട്ടുണ്ട്.’’

‘‘അതിന്?’’

‘‘എനിക്ക് കുറച്ചു സംസാരിക്കാനുണ്ട്.’’

‘‘എനിക്കിപ്പോൾ കേൾക്കാൻ നേരമില്ല.’’

‘‘അങ്ങനെ പറയരുത്. വളരെ അത്യാവശ്യമാണ്. നിങ്ങളുടെ പെങ്ങളുടെ ഭാവിക്കു വേണ്ടിയുള്ള കാര്യമാണ്. നിങ്ങളെ കാണാൻ മാത്രമാണ് ഞാൻ ഇത്രയും ദൂരം വന്നത്.’’

“ഭാവിയോ? പിഴച്ചു പെറ്റ അവൾക്ക് ഇനിയെന്ത് ഭാവി?” സൂരജ് പുച്ഛത്തോടെ ചോദിച്ചു.

“അതിന്റെ കാരണക്കാരനായി അവൾ ആരെയാണ് പറഞ്ഞിട്ടുള്ളത്.” സിദ്ധിഖ് ചെറിയ പരിഭ്രമത്തോടെ ചോദിച്ചു.

“ആരെയായാലും നിങ്ങൾക്കെന്താണ്?”

“ഒരു മലയാളിയുടെ പേരാണോ?”

“നിങ്ങളാരാ, വക്കീലാണോ ഇങ്ങനെ ഒക്കെ തടഞ്ഞു നിറുത്തി ചോദിക്കാൻ?”

“അനിയാ, അവളെ പിഴപ്പിച്ചത് ഒരു അറബിയാണ്.”

“എനിക്കറിയാം. അവനിട്ടു ഒരു പണി കൊടുക്കാനാണ് ഞാൻ പോകുന്നത്. നിങ്ങൾ വഴിയിൽ നിന്നും വാഹനം മാറ്റ്.”

സിദ്ധിഖിന് ആശ്വാസമായി അയാൾ തന്റെ കാറിൽ ഇരിക്കുന്ന റൈഹാനയെ ഒന്ന് നോക്കി. തുടർന്ന് സൂരജിനോട് പറഞ്ഞു.

“അതിനു നീ തനിച്ചു പോകേണ്ട കാര്യമില്ല. ഞാനും ഉണ്ട്. തൽക്കാലം ഒന്ന് ശാന്തനാവൂ, എന്നിട്ട് ഞാൻ പറയുന്നത് ഒന്ന് കേൾക്കൂ.”

സൂരജ് എന്ത് ചെയ്യണം എന്നറിയാതെ ഒരു നിമിഷം ഇരുന്നു. സിദ്ധിഖ് വീണ്ടും അയാളെ സ്വാധീനിക്കാൻ ശ്രമിച്ചു. അവസാനം സൂരജ് പതിയെ പുറത്തിറങ്ങി.

ഇതേ സമയം ഇഷാനെയും സിത്താരയെയും കൂട്ടി സൈദ് ആശുപത്രിയിലേക്ക് പുറപ്പെട്ടിരുന്നു. സിത്താരയുടെ മനസ്സിൽ വിരുദ്ധ ചിന്തകൾ പരസ്പരം ഏറ്റുമുട്ടുകയായിരുന്നു. തന്നെ ചതിച്ചു പറഞ്ഞയച്ച അർബാബിനെ കാണുവാനാണ് പോകുന്നത്. ഇത്രയും കാലം താനും മകനും സഹോദരനും അനുഭവിക്കേണ്ടി വന്ന മാനഹാനിക്ക് കാരണക്കാരനായ ഒരാളെ കാണാൻ. പക്ഷേ, അത് തന്റെ മകന്റെ വല്ലുപ്പയാണ്. ചതി ചെയ്തത് അയാളാളല്ല, അറബിത്തള്ളയാണ്. അവരാകട്ടെ മരിച്ചു മണ്ണടിഞ്ഞു കഴിഞ്ഞു.

അഹ്മദിന്റെ റൂമിലേക്ക് സിത്താരയും ഇഷാനും സൈദിനൊപ്പം കടന്നു ചെന്നു. അവൾ അർബാബിനെ ഒന്ന് നോക്കി. ശോഷിച്ചു പോയിരിക്കുന്നു അയാൾ. അഹ്മദ് നിറകണ്ണുകളോടെ പേരക്കുഞ്ഞിനെ നോക്കി. പിന്നെ പതിയെ എഴുന്നേറ്റ് അവന്റെ അരികിലേക്ക് വന്നു.

“എന്റെ മോനെ ഞാൻ ഒന്ന് കെട്ടിപ്പിടിച്ചോട്ടെ?” അഹ്മദ് വിതുമ്പലോടെ സിത്താരയോട് ചോദിച്ചു.

ഇതേസമയം സിദ്ധിക്കും റൈഹാനയും സൂരജിനെയും കൂട്ടി പരിസരത്തെ ഒരു പുഴയോരത്തേക്കാണ് പോയത്. തെങ്ങോലകൾ തണലിട്ട ഒരു ടൂറിസ്റ്റു പ്ലെയ്സിൽ അവർ ഇരുന്നു.

''അപ്പോൾ നിങ്ങളോട് ഒരു സിദ്ധിഖിനെപ്പറ്റി അവൾ ഒന്നും പറഞ്ഞിട്ടില്ല?'' റൈഹാന ചോദിച്ചു.

''അവൾ ആരോടും ഒന്നും പറഞ്ഞിട്ടില്ല. ഒരു അറബിയാണ് ഇഷാന്റെ അച്ഛൻ എന്ന് മാത്രം. അമ്മ മരിക്കുന്നതിന് തലേ ദിവസം പറഞ്ഞു.''

അത് കേട്ടതോടെ സിദ്ധിഖിന്റെ ഭയമെല്ലാം ഓടി ഒളിച്ചു.

''ജോലിക്കു പോയ ചേച്ചി തിരിച്ചു വരുന്നത് ഗർഭിണിയായിട്ടാണെന്നു അറിഞ്ഞപ്പോൾ... ചേച്ചിയുടെ വരവോടെയാണ് എന്റെ അമ്മ കിടപ്പിലായത്.''

''അബോർഷന് ചേച്ചി സമ്മതിച്ചില്ല.''

''നാണം കെട്ട ഒരു ജീവിതമായിരുന്നു പിന്നെ ഞങ്ങളുടേത്. ഏതോ അറബിയുടെ കുഞ്ഞിനേയും പ്രസവിച്ച്... ഇപ്പോഴിതാ ദൈവം അവനെ എന്റെ കൺമുന്നിലേക്കു കൊണ്ട് വന്നിട്ടിരിക്കുന്നു.'' സൂരജ് കോപം ഉള്ളിലൊതുക്കാനാവാതെ പറഞ്ഞു.

''നീ ഇനി എന്ത് ചെയ്യാനാണ് പ്ലാൻ.'' സിദ്ധിഖ് ചോദിച്ചു.

''അവൻ രണ്ടു കാലും കുത്തി ഈ മണ്ണിൽ നിന്നും തിരിച്ചു പോവില്ല.'' സൂരജ് മറുപടി കൊടുത്തു.

പുഴയിലേക്ക് ഒരു ഉണങ്ങിയ തെങ്ങിൻപട്ട വന്നു വീണു.

ആശുപത്രിയിലെ ചികിത്സാറൂമിലേക്ക് അർബാബിനെ കൊണ്ട് പോകേണ്ട നേരമായെന്ന് ഒരു നേഴ്സ് വന്നു അറിയിച്ചു. ഇതിനോടകം സിത്താരയുടെ കോപമെല്ലാം ആവിയായി പോയിരുന്നു.

''ഞാനും കൂടെ ഇനി ഇവിടെ നിൽക്കട്ടെ. എനിക്ക് നോക്കണം എന്റെ അർബാബിനെ.''

അവൾ അർബാബിന്റെ പുറം തലോടിക്കൊണ്ടു ചോദിച്ചു.

സൈദ് ഒന്ന് പുഞ്ചിരിച്ചു. അഹ്മദിന്റെ മിഴികൾ നിറഞ്ഞു. പശ്ചാത്താപം കൊണ്ട് അയാളുടെ തൊണ്ട ഇടറി. അയാൾക്ക് സിദ്ധിഖിനോടുള്ള വൈരാഗ്യം കൂടി വന്നു. കൈയിലെ വാക്കിങ് സ്റ്റിക്കിൽ അമർത്തി പിടിച്ചു കൊണ്ട് അയാൾ പറഞ്ഞു.

''ആ ഹിമാറിനെ അങ്ങനെ വിട്ടാൽ പറ്റില്ല മോനേ.''

സൈദ് വാപ്പയെ സമാധാനിപ്പിച്ചു.

''തൽക്കാലം ഈ കൂടിക്കാഴ്ച നമ്മൾ മാത്രം അറിഞ്ഞാൽ മതി. സിത്താരയെ ഞാൻ വീട്ടിൽ കൊണ്ടാക്കട്ടെ.''

''കണ്ടിട്ട് കൊതി തീർന്നിട്ടില്ല മോനെ.'' അഹ്മദ് വിതുമ്പി.

''കാണാമല്ലോ ഉപ്പ ഇനി എന്നും. അതിനു മുൻപ് കാര്യങ്ങളെല്ലാം ഒന്ന് കലങ്ങി തെളിയട്ടെ.''

ചില തീരുമാനങ്ങൾ എടുത്ത ഭാവത്തിൽ സൈദ് സിത്താരയെ നോക്കി.

''അയാൾക്ക് ഉള്ള ക്വട്ടേഷൻ ഞാൻ കൊടുത്തു കൊള്ളാം.'' പുഴയോരത്തെ ഓലമേഞ്ഞ ചായക്കടയിൽ ഇരുന്നു സിദ്ധിഖ് പറഞ്ഞു.

''നിങ്ങളെന്തിന് അയാൾക്ക് ക്വട്ടേഷൻ കൊടുക്കണം. നിങ്ങളാരാണ്? എന്താണ് നിങ്ങളും അയാളും തമ്മിൽ?'' സൂരജിന് ഒന്നും മനസ്സിലായില്ല.

''ആ എന്നെ പരിചയപ്പെടുത്തിയില്ലല്ലോ അല്ലേ. എന്റെ പേരു സിദ്ധിഖ്. സിത്താര നിന്നിരുന്ന വീട്ടിലെ ഡ്രൈവറായിരുന്നു ഞാൻ. ഇത് എന്റെ ഭാര്യ റൈഹാന. സൈദ് എന്ന അറബി അവളെ ഗർഭിണിയാക്കിയതിനു ശേഷം അവർ എന്നെ കരുവാക്കി ഒരു നാടകം കളിച്ചു. ഞാനാണ് അതിനു കാരണക്കാരൻ എന്ന് വരുത്തി തീർത്തു. അതിനു ശേഷം എന്നെയും അവിടന്ന് നാട്ടിലേക്കു പറഞ്ഞയച്ചു. തിരിച്ച് ആ നാട്ടിലേക്കു വരാനാവാത്ത രീതിയിൽ അവർ എന്നെ ബേൺ ചെയ്തു. ചെയ്യാത്ത തെറ്റിന് ജോലി പോയി നിസ്സഹായനായി മടങ്ങേണ്ടി വന്നു എനിക്ക്. പിന്നെ ഒരു കുറ്റബോധവും എന്നെ വേട്ടയാടിയിരുന്നു.''

സിദ്ധിഖ് പറഞ്ഞു നിറുത്തിയത് മനസ്സിലാവാതെ സൂരജ് നോക്കി.

''അറബിപ്പയ്യനുമായി ഉള്ള നിന്റെ പെങ്ങളുടെ പ്രണയം കാര്യമായപ്പോൾ അവളെ ഇതിൽ നിന്നും പിന്തിരിപ്പിക്കാൻ എനിക്ക് എന്റെ അറബിയോടൊപ്പം നിൽക്കേണ്ടി വന്നു.''

''അത് സ്വാഭാവികം. ജോലിതന്ന ആള് പറഞ്ഞാൽ കേൾക്കാതിരിക്കാനാവില്ലല്ലോ.''റൈഹാനെ ഇടപെട്ടു.

''പക്ഷേ അവർ അവരുടെ കാര്യം കഴിഞ്ഞപ്പോൾ എന്നെയും... അന്ന് മുതൽ എന്റെ മനസ്സിലും ഉണ്ട് പക സൂരജേ. രണ്ടു ദിവസം മുന്നെയാണ് ആ അറബി ഇവിടെ വന്ന കാര്യം ഞങ്ങൾ അറിഞ്ഞത്.''

''എന്നെ എങ്ങനെ കണ്ടെത്തി?'' സൂരജ് ചോദിച്ചു.

''ഗൾഫിൽ ഉള്ളപ്പോൾ സിത്താരയുടെ ശമ്പളം നാട്ടിലേക്കു അയച്ചിരുന്നത് ഞാനായിരുന്നു. ബാങ്കിന്റെ പേരും സ്ഥലവും

മനസ്സിലുണ്ടായിരുന്നു. അതിനിടയ്ക്കല്ലേ നിങ്ങളൊക്കെ വൈറലായത്.''

തണുത്ത കാറ്റു വീശി പുഴയോരത്തെ ആറ്റുവഞ്ചികൾ തലയിളക്കി.

''ആ തന്ത അറബിയെ ഭീഷണിപ്പെടുത്തിയാൽ അയാളുടെ കൈയിൽ നിന്നും സിത്താരയ്ക്കും കുട്ടിക്കുമുള്ള നഷ്ടപരിഹാരം നമുക്ക് വാങ്ങിക്കാം. നീ ചേച്ചിയെയും മകനെയും എന്റെ ഒപ്പം വീട്.''

''അവരിപ്പോ നഷ്ടപരിഹാരം തരാനിരിക്കുകയല്ലേ?''

സൂരജിന് അത് അവിശ്വസനീയമായി തോന്നി.

''അവർ നമ്മുടെ നാട്ടിലല്ലേ. പിന്നെ എന്താണ് പേടിക്കാനുള്ളത്? ആദ്യം അനുനയത്തിൽ പറഞ്ഞു നോക്കാം. എന്നിട്ടു സമ്മതിക്കുന്നില്ലെങ്കിലല്ലേ. അപ്പൊ എന്താ വേണ്ടതെന്നു നമുക്ക് തീരുമാനിക്കാം.'' റൈഹാനെ ഇടപെട്ടു.

''ചേച്ചി ഇതിനൊക്കെ സമ്മതിക്കുമോ എന്നെനിക്കു സംശയമുണ്ട്.''

''അവളുടെ കുട്ടിയുടെ ഭാവിക്കു വേണ്ടിയല്ലേ? ആ കുട്ടിയുടെ വാപ്പയോടും വല്ലിപ്പയോടും അല്ലാതെ പിന്നെ ആരോടാണ് നമ്മൾ ചോദിക്കുക?'' സിദ്ധിഖ് ചോദിച്ചു.

അറബിയെ തല്ലിയതുകൊണ്ടു പ്രത്യേകിച്ച് ഗുണമൊന്നുമില്ല. ഇഷാന്റെ ഭാവിക്കു പണം കിട്ടുക എന്നതു തന്നെയാണ് നല്ലത്. മാത്രവുമല്ല ഇത്രയും പരിചയമായ സ്ഥിതിക്ക് അയാളെ ഉപദ്രവിക്കാനും സൂരജിന് നേരിയൊരു വിഷമം തോന്നിത്തുടങ്ങിയിരുന്നു.

''ഞാൻ ഇപ്പൊ എന്താണ് ചെയ്യേണ്ടത്?'' സൂരജ് ചോദിച്ചു.

''നിന്റെ കാറിലാണ് അയാളുടെ യാത്ര എന്നല്ലേ പറഞ്ഞത്. എന്തെങ്കിലും ഒരു കാരണം പറഞ്ഞ് നീ അയാളെയും കൂട്ടി ഇവിടെ നിന്നും ഒന്ന് മാറി നിൽക്ക്. ആ സമയത്ത് ഞങ്ങൾ സിത്താരയെയും കൂട്ടി തന്തഅറബിയെ കാണാം.''

''ഓക്കേ. ഞാൻ സൈദുമായി കുറച്ചു ദൂരേക്ക് പോകാം. നിങ്ങൾ സിത്താരയെയും കൂട്ടി പോയിട്ട് എന്താണ് സംഭവിച്ചത് എന്ന് എന്നെ അറിയിക്കണം. അയാൾ സമ്മതിക്കുന്നില്ലെങ്കിൽ സൈദിന്റെ കാര്യം എനിക്ക് വിട്ടേക്ക്.'' സൂരജ് തീരുമാനമെടുത്തു.

''എന്നാൽ വൈകിക്കണ്ട. നിങ്ങൾ അറബിയുമായി പുറപ്പെട്ടു കഴിഞ്ഞാൽ എന്നെ അറിയിക്കൂ. അപ്പോൾ ഞാൻ സിത്താരയെ കൂട്ടി ആശുപത്രിയിലേക്ക് പോകാം.'' സിദ്ധിഖും കൈകൊടുത്തു.

തിരിച്ചു കാറിൽ കയറി കുറച്ചുദൂരം ചെന്നപ്പോൾ സ്വിച്ച് ഓഫ് ചെയ്ത ഫോണിനെക്കുറിച്ച് സൂരജിന് ഓർമ്മ വന്നു.

അയാൾ സ്വിച്ച് ഓൺ ചെയ്ത ഉടൻ ഷൺമുഖൻ വിളിച്ചു.

''എന്റെ ഷൺമുഖാ, ഒന്ന് രണ്ടു തവണ ഫോൺ കട്ടുചെയ്താൽ സാമാന്യബോധമുള്ളവർക്കു മനസ്സിലാകില്ലേ അയാൾക്ക് തിരക്കായിരിക്കുമെന്ന്? ഒരൽപം സെൻസൊക്കെ വേണ്ടെടാ, ആട്ടെ എന്തിനാ നീ വിളിച്ചത്.''

''ആ അറബി ഒരു കാറിൽ വന്ന് നിന്റെ പെങ്ങളെ വീട്ടീന്ന് ഇറക്കി കൊണ്ടുപോയി. അത് പറയാനാണ് ഞാൻ നിന്നെ വിളിച്ചിരുന്നത്. നീ ഭയങ്കര തിരക്കിലാവും എന്ന് ഞാൻ കരുതിയില്ല. അത്രയ്ക്ക് സാമാന്യ ബോധമേ എനിക്കപ്പോ ഉണ്ടായുള്ളൂ. പോയിട്ടിപ്പോ മൂന്നാലു മണിക്കൂറായില്ലേ. മിക്കവാറും ഒരു അറബിപ്പെൺകുട്ടിയെ കൂടി നിനക്ക് ഒക്കത്തും വച്ച് നടക്കാം.''

ഷൺമുഖൻ ഫോൺ കട്ട് ചെയ്തു. അവന്റെ വാക്കുകൾ ദഹിക്കാനാവാതെ സൂരജ് കുറച്ചു നേരം തരിച്ചിരുന്നു.

പ്രായമായ ഒരു മുക്കുവൻ വലവീശുന്നതും നോക്കി സിദ്ധിഖും റൈഹാനയും പുഴയോരത്തു തന്നെ ഇരിക്കുകയായിരുന്നു.

''എന്താ നിന്റെ മുഖത്തു ഒരു തെളിച്ചമില്ലായ്മ. എല്ലാം കലങ്ങി തെളിയുകയല്ലേ. പിന്നെ എന്താണ്?''

സിദ്ധിഖ് റൈഹാനയോടു ചോദിച്ചു

''നിങ്ങൾ സിത്താരയ്ക്ക് ഇതുവരെ ഒന്നും കൊടുത്തിട്ടില്ല എന്ന് അറബിയുടെ മുന്നിൽ വച്ച് അവൾ പറഞ്ഞാൽ?''

സിദ്ധിഖ് മറുപടി പറയാനില്ലാതെ ഭാര്യയെ നോക്കി.

''മാത്രവുമല്ല നിങ്ങളെ കാണുമ്പോൾ അവൾ പുഞ്ചിരിച്ചു സ്വാഗതം ചെയ്യുമെന്നാണോ കരുതുന്നത്?''

''എനിക്ക് തെറ്റ് പറ്റിപ്പോയി എന്നും അവളുടെ പണം മുഴുവനും തിരിച്ചു തരാമെന്നുമല്ലേ നമ്മൾ പറയുക. പിന്നെന്തായ''

''ഇതിനിടയിൽ ആ തന്ത അറബി മകനോട് കാര്യം പറഞ്ഞിട്ടുണ്ടെങ്കിലോ?''

''അതുകൊണ്ടല്ലേ സൈദ് നിങ്ങളെ വിളിച്ചിട്ടുണ്ടാവുക.''

''അയാൾ ഈ സമയത്തു സുരാജിനോടൊപ്പം നാടുകാണാൻ പോവും എന്ന് നിങ്ങൾക്ക് തോന്നുന്നുണ്ടോ?''

റൈഹാനയുടെ വാക്കുകൾക്ക് മറുപടി പറയാനില്ലാതെ സിദ്ധിഖ് തലപുകഞ്ഞു ഇരുന്നു.

''നമുക്ക് സിത്താരയെ അറബിക്ക് മുൻപിൽ എത്തിക്കുകയല്ലേ ഏക വഴി?'' അയാൾ ചോദിച്ചു

''എന്നിട്ടെന്താ, കാര്യം നമുക്ക് കിട്ടിയ പണം അവൾക്കു തിരിച്ചൊന്നും കൊടുക്കാൻ ഉദ്ദേശ്യമില്ലല്ലോ. അവളെ പറഞ്ഞു പറ്റിച്ചാൽ ആ സൂരജ് വെറുതെ ഇരിക്കും എന്ന് തോന്നുന്നുണ്ടോ?''

''എടീ, നീ ഇങ്ങനൊക്കെ ഇടയ്ക്കു മാറ്റി പറഞ്ഞാൽ ഞാനെന്താ ചെയ്യാ?'' സിദ്ധിഖ് കോപത്തോടെ ചോദിച്ചു.

''നിങ്ങൾ എന്താണെങ്കി ചെയ്യൂ.'' റൈഹാനെ കാറിൽ കയറി ഇരുന്നു. അതുകണ്ടതോടെ സിദ്ധിഖിന് കൂടുതൽ കോപം വന്നു.

''ഇത്രയും കാലം മൂക്കുമുട്ടെ നീ ബിരിയാണി വെട്ടിവിഴുങ്ങിയത് ആ കാശുകൊണ്ടാണ്. കൂട്ടുപ്രതിയാണ് നീ.''

''ഭർത്താവു കൊണ്ട് വന്നത് ഭാര്യ കഴിക്കും. എനിക്കൊരു കേസും വരില്ല.''

എന്തുചെയ്യണം എന്നറിയാതെ സിദ്ധിഖ് പുഴയോരത്തേക്കു നടന്നു. പിന്നെ തിരിച്ചു വന്നുകൊണ്ടു ചോദിച്ചു.

''എടീ, എന്നാൽ നീ എന്തെങ്കിലും ഒന്ന് പറ.''

''ആ സൂരജ് സൈദിനിട്ടു പണി കൊടുക്കാനാണ് പോകുന്നത്. അയാൾ വഴി സംഗതി ഒഴിവാക്കുന്നതാണ് ബുദ്ധി. നിങ്ങൾ ചതിയനാണെന്നു സിത്താര സൂരജിനോട് പറയും മുൻപ് സൂരജിനെക്കൊണ്ട് സൈദിന്റെ കാര്യം കഴിക്കണം.''

റൈഹാനെ തീർത്തു പറഞ്ഞു.

പെട്ടെന്ന് സിദ്ധിക്കിന്റെ ഫോൺ ശബ്ദിച്ചു.

''ആ ഇക്കാ അയാൾ വന്നു. എന്റെ പെങ്ങളെയും കുട്ടിയേയും കൊണ്ടുപോയി. ഞാൻ എന്താണ് ചെയ്യേണ്ടത്.'' സൂരജിന്റെ ചോദ്യം.

''സൂരജേ നീ തിരിച്ചു വാ നമുക്ക് വഴിയുണ്ടാക്കാം.'' സിദ്ധിഖ് സൂരജിനെ ആശ്വാസത്തോടെ തിരിച്ചു വിളിച്ചു.

ഇരുപത്തിയൊന്ന്

ഷൺമുഖനുമായിട്ടായിരുന്നു സൂരജ് സിദ്ധിഖിന്റെ വീട്ടിലേക്കു എത്തിയത് വിലകൂടിയ വിദേശ മദ്യം കൊടുത്താണ് സിദ്ധിഖ് ഷൺമുഖനെ സൽക്കരിച്ചത്.

''ഇത് ഇന്ത്യയുടെ തന്നെ ഒരു പ്രശ്നമാകും. ഇന്ത്യൻ ഗവൺമെന്റ് ലോകത്തോട് മാപ്പു പറയേണ്ട അവസ്ഥ വരും. മാത്രവുമല്ല നമ്മുടെ ഒരുപാട് സഹോദരങ്ങൾ ഗൾഫ് രാജ്യങ്ങളിൽ ഉണ്ട്. നീ കാരണം അവരുടെ ഒക്കെ തൊഴിലും സ്വസ്ഥതയും പോകും. ആലോചിച്ചു തീരുമാനിക്കണം ഇതൊക്കെ.''

ഷൺമുഖൻ കാര്യങ്ങളുടെ ഗൗരവം ബോധ്യപ്പെടുത്തി.

''എന്റെ ഷൺമുഖാ, നിന്നെ ഈ വീട്ടിൽ വിളിച്ചു വരുത്തി സൽക്കരിച്ചത് അന്താരാഷ്ട്ര കാര്യങ്ങൾ ചർച്ച ചെയ്യാനല്ല. നിനക്ക് ഗുണ്ടാസംഘങ്ങളുമായി നല്ല ബന്ധമുള്ളതല്ലേ. ഒന്ന് സഹായിക്കാൻ പറ്റുമോ എന്നറിയാനാണ്.''

സൂരജിന്റെ ഭാവമാറ്റം കണ്ടപ്പോൾ ഷണ്മുഖൻ പിന്നെ കൂടുതലൊന്നും പറഞ്ഞില്ല.

''റിങ് ചെയ്യുന്നുണ്ട്.'' സൈദിന്റെ നമ്പറിലേക്ക് വിളിക്കുന്നതിനിടയിൽ സിദ്ധിഖ് പറഞ്ഞു.

''നിങ്ങളുടെ ശബ്ദം തിരിച്ചറിയുമോ?'' റൈഹാനെ ചോദിച്ചു.

''അഞ്ചാറു കൊല്ലം മുന്നേ കേട്ട ശബ്ദം തിരിച്ചറിയാൻ അയാളെന്താ റസൂൽ പൂക്കുട്ടിയോ?''

''എന്നാലും വേണ്ട, ഷൺമുഖൻ സംസാരിച്ചോളും.'' സൂരജ് പറഞ്ഞു.

''അതെ ഷൺമുഖനെക്കൊണ്ട് സംസാരിപ്പിച്ചാൽ മതി.'' റൈഹാനയും തീർത്തു പറഞ്ഞു.

സൈദ് മറുതലയ്ക്കൽ ഫോൺ എടുത്തു.

ഷൺമുഖൻ സംസാരിക്കാൻ തയ്യാറായി.

‘‘ആ ഹലോ സർ, ഞാൻ കേരള സർക്കാരിന്റെ ഒരു പ്രതിനിധി യാണ്. കിഫ്ബിയുടെ ഇന്ന് ഉച്ചതിരിഞ്ഞ് നാലുമണിക്ക് ബയൊ ഗ്യാസ്പ്ലാന്റുകളുടെ ഉദ്ഘാടനം വച്ചിരുന്നു. ഒരു ഫിലിം സ്റ്റാറിനെ യാണ് ഉദ്ഘാടകനായി തീരുമാനിച്ചത്. പക്ഷേ, അയാൾ ഒരു മീട്ടു കേസിൽ പെട്ട് അകത്തായി. പകരക്കാരനായി അങ്ങ് ഒന്ന് വരണം. ഞങ്ങൾ വാഹനം അയയ്ക്കാം. പ്ലീസ് സർ.’’

‘‘ഓക്കേ അർബാബ്, നന്ദി സന്തോഷം.’’

ഫോൺ കട്ടുചെയ്തശേഷം തികഞ്ഞ സന്തോഷത്തോടെ ഷൺമു ഖൻ സൂരജിനോട് ചോദിച്ചു. ‘‘എങ്ങനെയുണ്ട് എന്റെ കിഫ്ബി?’’

സൂരജ് ഷൺമുഖനെ ചേർത്ത് പിടിച്ചുകൊണ്ടു പറഞ്ഞു: ‘‘അതെ നിക്ക് അറിയുന്നതല്ലേ ഷൺമുഖാ, നീ അല്ലെങ്കിലും പുലിയല്ലേ?’’

‘‘അയാൾ നിന്റെ കാറിൽ വന്നോളാം എന്നാണ് പറഞ്ഞത്. ഇപ്പൊ നിന്നെ വിളിക്കും.’’ ഷൺമുഖൻ പറഞ്ഞു.

അല്പസമയത്തിനു ശേഷം സൂരജിന് സൈദിന്റെ കോൾ വന്നു. കോപം മറച്ചു വച്ച് അറബിയുടെ കോളിന് സൂരജ് മറുപടി പറഞ്ഞു.

‘‘ഓക്കേ അർബാബ് ഓക്കേ, ഞാൻ ഇതാ വരുന്നു.’’

‘‘അപ്പൊ ഷൺമുഖാ, നീ പിള്ളേരെ ശരിയാക്കിക്കോ. നേരം കളയണ്ട. ഞാൻ അയാളുമായി വന്നോളാ.’’ സൂരജ് പുറപ്പെടാൻ ഒരുങ്ങി.

ഒരു പെഗ്ഗ് കൂടി കഴിച്ചു ഷൺമുഖൻ ചോദിച്ചു:

‘‘എങ്ങനെ ട്രീറ്റ് ചെയ്യണം? കൈയും കാലും വെട്ടലാണോ അതോ മൊത്തത്തിൽ ഉറക്കണോ അതിനനുസരിച്ചായിരിക്കും അവ രുടെ ശമ്പളം.’’

‘‘ഇത് ചെയ്യിപ്പിച്ചത് ഞങ്ങൾ ആണെന്ന് അറിയാൻ പാടില്ല. ഞങ്ങൾക്കത്രയേ വേണ്ടൂ.’’ റൈഹാന പറഞ്ഞു

‘‘അതൊന്നും ആരും അറിയാൻ പോണില്ല. നിങ്ങൾ ഒരു കാര്യം ചെയ്യ്, ഒരു അമ്പതിനായിരം തൽക്കാലം എടുക്കൂ. അവർക്ക് അഡ്വാൻസ് കൊടുക്കണം.’’

‘‘മൊത്തത്തിൽ എത്രയാവും.’’ സിദ്ധിഖ് ചോദിച്ചു.

‘‘രണ്ടുമൂന്നു ലക്ഷം ആവും.’’ ഷൺമുഖൻ പറഞ്ഞു.

‘‘കാലുമാത്രം വെട്ടിയാലോ.’’ റൈഹാന അന്വേഷിച്ചു.

‘‘അത് അപ്പോഴത്തെ സാഹചര്യം അനുസരിച്ചായിരിക്കും. അല്ലാതെ കാലുമാത്രം വെട്ടാൻ ഇത് ചത്ത കോഴിയല്ല.’’

“ഇന്ന് വൈകുന്നതിന് മുൻപേ അവനെ ചരൽപ്പറമ്പിനടുത്തു എത്തിച്ചോളണം.”

പണം എണ്ണി കൊടുത്തുകൊണ്ട് സിദ്ധിഖ് ആജ്ഞാപിച്ചു.

“ഡബിൾ ഓക്കേ.” ഷൺമുഖൻ പുറത്തേക്ക് ഇറങ്ങി.

“അപ്പോ, എല്ലാം പറഞ്ഞ പോലെ നഷ്ടപരിഹാരം എന്റെ പെങ്ങൾക്ക് കിട്ടില്ല എന്ന് ഉറപ്പായാൽ മാത്രം ദേഹോപദ്രവം. ഓക്കേ.”

സൂരജും പോകാൻ തയ്യാറായി.

ഇരുവരും പോകുന്നത് നോക്കി ആശ്വാസത്തോടെ നിൽക്കുന്ന സിദ്ധിഖ് റൈഹാനയെ ഒന്ന് നോക്കി. അവളുടെ മുഖത്തു വീണ്ടും എന്തോ ചിന്തയുണ്ടെന്ന് അയാൾക്കു തോന്നി.

“ഇനി എന്താ നിന്റെ പ്രശ്നം?” സിദ്ധിക് ചോദിച്ചു.

“അയാളെ തല്ലി നടുവൊടിച്ചാൽ എല്ലാ പ്രശ്നങ്ങളും തീരുമോ?” റൈഹാനയുടെ ചോദ്യം.

“നീ എന്താടീ ഇങ്ങനെ പിന്നേം പിന്നേം.”

“ആലോചിച്ചിട്ട് എനിക്കെന്തോ?” റൈഹാനയ്ക്ക് മനസ്സമാധാനം കിട്ടിയില്ല.

“ഇതൊക്കെ നീയും കൂടിയല്ലേ തീരുമാനിച്ചത്. മാത്രമല്ല രൂപ അമ്പതിനായിരം അയാൾക്ക് എണ്ണിക്കൊടുത്തതും നിന്റെ മുന്നിൽ വച്ചല്ലേ.”

“ആ സൂരജിന്റെ മുന്നിൽ വച്ച് അറബിയോട് നഷ്ടപരിഹാരത്തെപ്പറ്റിയൊക്കെ ചോദിച്ചാൽ ഇത്രയും വർഷം നമുക്ക് അയച്ചു തന്ന കാശെവിടെ എന്ന് അയാൾ തിരിച്ചു ചോദിക്കില്ലേ?”

“അതിനു ആരാണ് നഷ്ടപരിഹാരം ചോദിക്കുന്നത്? അതൊക്കെ എന്റെ ഒരു നമ്പറല്ലേടീ.”

“സത്യം മനസ്സിലായാൽ സൂരജും നമുക്ക് എതിരെ തിരിയില്ലേ?”

“പിന്നെ എന്ത് ചെയ്യാൻ പറ്റും?” സിദ്ധിഖ് ചോദിച്ചു.

“അറബിയെ നമ്മൾ കാണരുത്. അറബി നമ്മളെയും. അതിനു മുൻപ് അയാളെ തീർത്തേക്കണം. ആരാണ് ചെയ്തതെന്ന് നമുക്കും അറിയില്ല. അത്രതന്നെ. കൂട്ടത്തിൽ ആ സൂരജിനെയും.”

അത് കേട്ട് സിദ്ധിഖ് ഒന്ന് പകച്ചു.

“പിന്നെ ആ തന്ത അറബി. അയാളെ മാത്രമായി ബാക്കി വച്ചാലും പ്രശ്നമാണ്.”

റൈഹാനയുടെ ഭാവം കണ്ടു ഞെട്ടിയ സിദ്ധിഖ് ചോദിച്ചു.

''ഇതൊക്കെ നടക്കുന്ന കാര്യമാണോ? ഇതെന്താ തെലുങ്ക് സിനിമയോ?''

''നടക്കണം. അല്ലെങ്കിൽ ആ കാശു കൊടുത്തു മാപ്പു പറയൂ.'' റൈഹാന പ്രതികരിച്ചു.

''അത് തീരെ നടക്കുന്ന കാര്യമല്ല.'' സിദ്ധിഖ് പറഞ്ഞു.

''എന്നാൽ ഞാൻ പറഞ്ഞത് ചെയ്യൂ.'' റൈഹാന ഭർത്താവിനെ നോക്കി.

പെട്ടെന്ന് ആരോ കടന്നു വരുന്നത് ശ്രദ്ധിച്ച് അവർ സംസാരം ഒഴിവാക്കി.

''കിഫ്ബി ഉദ്ഘാടനം ഇവിടെ വച്ചാണോ?''

ശബ്ദത്തിന്റെ ഉടമയെ കണ്ടു രണ്ടുപേരും ഞെട്ടിത്തെറിച്ചു.

''സൈദ്.'' സിദ്ധിഖ് മന്ത്രിച്ചു

ഒരു നിമിഷം എന്ത് ചെയ്യണം എന്നറിയാതെ ഇരുവരും പകച്ചു നിന്നു. പിന്നെ രണ്ടുപേരും അകത്തു കയറി വാതിലടച്ചു കൊണ്ട് തടിമില്ലിലെ പണിക്കാർക്കു ഫോൺ വിളിച്ചു.

''ഓടി വാടാ, തല്ലിക്കൊല്ലടാ ഈ തെമ്മാടിയെ.''

ചില പണിക്കാർ ഓടി വന്നു അവർ സൈദിനെ തല്ലാൻ തുനിഞ്ഞു. അവരെ തടഞ്ഞുകൊണ്ട് സൈദ് ചോദിച്ചു.

''നിൽക്കൂ, ഇതാണോ കേരളീയ മരിയാദ?''

പണിക്കാർ അതുകേട്ടു ഒന്ന് പതറി.

''നോക്കി നിൽക്കാതെ മനസ്സിലാക്കി കൊടുക്കടാ നമ്മുടെ ആതിഥ്യ മരിയാദ.'' സിദ്ധിഖ് അലറി.

സിദ്ധിഖിന്റെ ശിങ്കിടികളായ അവർ തിന്ന ചോറിനു നന്ദി കാണിക്കാൻ തീരുമാനിച്ചു. പക്ഷേ കരുതിയതുപോലെ എളുപ്പം കീഴടക്കാൻ കഴിയുന്നതായിരുന്നില്ല അറബിയുടെ ഇച്ഛാശക്തി. നിഷ്പ്രയാസം സൈദ് അവരെയെല്ലാം തുരത്തി വാതിൽ ചവിട്ടിപ്പൊളിച്ചു. സിദ്ധിക്കും ഭാര്യയും ഓടി മറ്റൊരു വാതിൽ വഴി പുറത്തിറങ്ങി മില്ലിലേക്കു നോക്കി വിളിച്ചു കൂവാൻ തുടങ്ങി.

''മതിയെടാ പണി എടുത്തത്. ഒന്ന് വന്നു രക്ഷിക്കടാ.''

കൂടുതൽ ജോലിക്കാർ ഓടി വന്നു സൈദിനെ ആക്രമിക്കുവാൻ ശ്രമം തുടങ്ങി. അപ്പോഴാണ് ഒരുപറ്റം ചെറുപ്പക്കാർ കൈയിൽ മൺവെട്ടിയും മറ്റുമായി അതിലെ വരുന്നത്.

''അല്ല നമ്മുടെ ഹീറോ അല്ലേ ഇത്?'' അവർ അതിശയത്തോടെ സൈദിനെ കണ്ടു ചോദിച്ചു.

''ഇവൻ ഈ നാടിന്റെ അഴുക്കാണ്.'' സിദ്ധിഖിനെ ചൂണ്ടിക്കാട്ടി സൈദ് പറഞ്ഞു.

അതു കേട്ട പാടെ ചെറുപ്പക്കാർ സൈദിനെ തല്ലാൻ വരുന്ന ഗുണ്ടകളെ അടിച്ചു നിരപ്പാക്കാൻ തുടങ്ങി.

''എടാ, ഇവൻ വരത്തനാണ്. ഞങ്ങൾ അല്ലേടാ ഇവിടെ ഉള്ളത്?'' സിദ്ധിഖ് ചോദിച്ചു.

''അഴുക്കു എവിടെ കണ്ടാലും ഞങ്ങ തൂക്കും.'' കൂട്ടത്തിലൊ രാൾ പറഞ്ഞു.

ബഹളം കേട്ട് ഉസ്താദും പള്ളി സെക്രട്ടിയും മറ്റും ഓടി വന്നു.

''നിറുത്തിൻ.'' ഉസ്താദ് അലറി.

എല്ലാവരും അഭ്യാസം നിർത്തി.

''ആരാ നിങ്ങൾ? ഇവിടെ ഒന്നും കണ്ടിട്ടില്ലല്ലോ. ഇതെന്താ ഇങ്ങനെ ഒരു വേഷം?'' സെക്രട്ടറി ചോദിച്ചു

''മൂസാക്ക ഇത് സൈദ് അലിയുദ്ദീൻ അഹമ്മദ്. യൂട്യൂബിലൂടെ ഫേയ്മസായ അറബിയാണ്.''

''യൂട്യൂബോ, അതെന്തു സാധനമാണ്.'' ഉസ്താദ് ചോദിച്ചു.

എല്ലാവരും അതുകേട്ടു ചിരിച്ചു.

ഒന്ന് ചമ്മിയ ഉസ്താദ് സൈദിനു നേരെ തിരിഞ്ഞു.

''അറബിയാണെന്നല്ലേ പറഞ്ഞത്. എന്നാൽ ഞാൻ ഒന്ന് ചോദി ക്കട്ടെ.''

അയാൾ കയ്യിലുള്ള അറബിയിൽ എന്തോ ചോദിച്ചു. അതിനു മറുപടിയായി സൈദ് അറബിയിൽ തന്നെ ദീർഘമായ ഒരു മറുപടി പറഞ്ഞു.

പകച്ച ഉസ്താദ് അതിശയത്തോടെ പറഞ്ഞു.

''ഖുർആനൊക്കെ എത്ര മണിമണിയായിട്ടാണ് അവതരിപ്പിക്കു ന്നത്.''

''എന്താ സിദ്ധിഖ് ഹാജി പ്രശ്നം?'' സെക്രട്ടറി ചോദിച്ചു.

''നമ്മുടെ നാട്ടിലെ ഒരു പാവം പെൺകുട്ടിയെ പിഴപ്പിച്ച് ഒരു കുട്ടിയേയും ഉണ്ടാക്കി പറഞ്ഞയച്ചവനാണിവൻ. എന്നിട്ടു വീണ്ടും വന്നിരിക്കുകയാണ് പെൺകുട്ടികളെ പിഴപ്പിക്കാൻ.'' സിദ്ധിഖ് പറഞ്ഞു.

''ആണോടോ?'' ഉസ്താദ് ചോദിച്ചു.

''ഇവൻ പറഞ്ഞ ആ കുട്ടിയുടെ പേരിൽ എന്റെ ഉപ്പ അയച്ചു കൊടുക്കുന്ന പണംകൊണ്ട് മിടുക്കനായി നടക്കുന്നവനാണിവൻ.'' സൈദ് മറുപടി പറഞ്ഞു.

‘‘ആഹാ, അപ്പൊ അങ്ങനെ നയിച്ച് കിട്ടുന്ന കാശിനെക്കുറിച്ചാണല്ലേ ഇയ്യ് വീരവാദം പറഞ്ഞിരുന്നത്?’’ സെക്രട്ടറി ചോദിച്ചു.

എന്തു ചെയ്യണം എന്നറിയാതെ നിൽക്കുന്ന സിദ്ധിഖിന്റെ മുന്നിലേക്ക് സുരാജിന്റെ കാറ് വന്നു നിന്നു. അതിൽ നിന്നും സൂരജും അഹ്മദും ഇറങ്ങി.

‘‘സൂരജേ, ഇനി നോക്കി നിൽക്കണ്ട. രണ്ടിനെയും കൊണ്ടു പൊക്കോ. എനിക്ക് ഇവരെ കാണുകപോലും വേണ്ട.’’ സിദ്ധിഖ് പറഞ്ഞു.

‘‘അല്ലെങ്കിലും ഇവരെ രണ്ടുപേരെയും കൊണ്ടുപോവാൻ തന്നെയാണ് ഉദ്ദേശ്യം. അതിനു മുൻപ് എനിക്ക് തന്നെയൊന്നു കാണണം എന്ന് തോന്നി.’’

സൂരജ് സിദ്ധിഖിന്റെ അടുത്ത് വന്നു ചെകിട്ടത്ത് രണ്ടെണ്ണം പൊട്ടിച്ചു. റൈഹാന ഓടി അകത്തേക്ക് കയറി. കാറിൽ നിന്നും സിത്താരയും മകനും അബുക്കയും ഇറങ്ങി.

‘‘ഷൺമുഖാ, അടിച്ചു കൊല്ലടാ ഇവറ്റകളെ.’’ സൂരജ് ഉത്തരവിട്ടു.

സിദ്ധിഖ് വീട്ടിലേക്ക് ഓടിക്കയറാൻ നോക്കവേ വാതിൽ ഉള്ളിൽ നിന്നും അടച്ചു റൈഹാന പറഞ്ഞു.

‘‘നിങ്ങളും കൂടി കയറിയാൽ അവർ ഈ വീട് കത്തിക്കും.’’

മറ്റൊരു നിവൃത്തിയും ഇല്ലാതെ വന്നപ്പോൾ സിദ്ധിഖ് ഓടിച്ചെന്ന് അഹ്മദിന്റെ കാലിൽ കുമ്പിട്ടു.

‘‘പൊറുക്കണേ അർബാബ്, എന്നെ ഒന്നും ചെയ്യല്ലേ അർബാബ്.’’

എല്ലാവരും അഹ്മദിന്റെ പ്രതികരണം കാത്തു നിന്നു. സിദ്ധിഖിനെ ചവിട്ടി വീഴ്ത്തി അഹ്മദ് തിരിഞ്ഞു നടന്നു. മറ്റുള്ളവരോടും കാറിൽ കയറാൻ ആജ്ഞാപിച്ചു. എല്ലാവരും വന്ന കാറുകളിൽ കയറി. വാഹനങ്ങളെല്ലാം പോയിക്കഴിഞ്ഞപ്പോഴാണ് റൈഹാന പുറത്തിറങ്ങിയത്.

‘‘എന്നാലും ഇത്രയും ദൂരെ നിന്നും എന്നെ കാണാൻ എന്റെ അറബി വന്നൂലോ...’’ സിദ്ധിഖ് മിഴിനീർ തുടച്ചു കൊണ്ട് പറഞ്ഞു.

ഇതെന്തൊരു ജന്മം എന്ന ഭാവത്തിൽ അതുകേട്ട് പള്ളിക്കാരും മറ്റും തിരിച്ചു നടന്നു.

ഇരുപത്തിരണ്ട്

"സിദ്ധിഖിനെ ചവിട്ടിയ ആ ചവിട്ടിൽ തന്നെ ഇവിടത്തെ ചികിത്സ കൊണ്ട് അർബാബിനു ഗുണമുണ്ടായി എന്ന് മനസ്സിലായി."

ബിസ്മി ഹോട്ടലിൽ വച്ച് കുഴിമന്തി കഴിക്കുന്ന അർബാബിനെയും മറ്റും നോക്കിക്കൊണ്ടു അബുക്ക പറഞ്ഞു. എല്ലാവരും അതുകേട്ടു ചിരിച്ചു.

"ഇനി എന്താണ് പ്ലാൻ?" സൂരജിനോടായിരുന്നു അബുക്കയുടെ ചോദ്യം.

"എന്തായാലും കുറച്ചു ദിവസം കഴിഞ്ഞിട്ടേ ഇവരെ ഞാൻ വിടത്തുള്ളൂ. ഈ നാട് മുഴുവൻ ഉപ്പ കൂടി ഒന്ന് നടന്നു കാണട്ടെ."

അതെ, സൈദ് കാരണം വ്യത്തിയായ കേരളം ഒന്ന് കണ്ടു നോക്ക്.

അതുകേട്ട് അഹ്മദ് പുഞ്ചിരിച്ചു.

"ഇവരെ ഞാൻ കൊണ്ടുപോകുന്നതിനെപ്പറ്റി എന്താണ് അഭിപ്രായം?" സൈദ് സൂരജിനോട് ചോദിച്ചു.

എന്ത് പറയണം എന്നറിയാതെ സൂരജ് ഒരു നിമിഷം സിത്താരയെയും ഇഷാനെയും നോക്കി. അയാളുടെ മിഴികൾ നനയുന്നുണ്ടായിരുന്നു

"സിത്താരയ്ക്കും മോനും അവിടെയും ഇവിടെയും ഒക്കെ ആയിട്ട് നിൽക്കാമല്ലോ. ഇടയ്ക്ക് സൂരജിന് അങ്ങോട്ടും പോകാം."

അബുക്ക പതിയെ പറഞ്ഞു. അതിനും മറുപടി ഒന്നും പറയാതെ സൂരജ് ഫോൺ എടുത്തു. പിന്നെ ഷൺമുഖന്റെ നമ്പർ അടിച്ചു. എല്ലാവരും ആകാംക്ഷയോടെ നോക്കി.

"ഷൺമുഖാ, ഞാൻ ചിലപ്പോൾ എന്റെ അളിയന്റെയും പെങ്ങളുടെയും കൂടെ ഗൾഫിലേക്ക് ഒന്ന് പോകും കേട്ടോ."

അത് കേട്ടതോടെ എല്ലാവർക്കും ആശ്വാസമായി.

ഇരുപത്തിമൂന്ന്

സൂരജ് എല്ലാരേയും കൊണ്ട് കേരളത്തിലെ പ്രധാന സ്ഥലങ്ങളെല്ലാം കറങ്ങുവാൻ പുറപ്പെട്ടു. വൈക്കം മുഹമ്മദ് ബഷീറിന്റെ വൈലാലിൽ വീട്ടിലെ മാങ്കോസ്റ്റിൻ മരച്ചോട്ടിൽ സൈദ് മിഴി പൂട്ടി നിന്നു.

കുഞ്ഞിപ്പാത്തുമ്മയും ആനവാരിരാമൻ നായരും കൊച്ചു നീലാണ്ടനും അവരെ ചുറ്റിപ്പറ്റി നിന്നു. ഒ.വി. വിജയന്റെ മൈമൂനയും അള്ളാപ്പിച്ചാ മൊല്ലാക്കയും സൈദിനെ വന്നു തൊട്ടു.

വയലാറിൽ ചെന്ന് സ്മൃതിമണ്ഡപത്തിൽ ഒരു ചുവന്ന ഹാരം അണിയിച്ചുകൊണ്ട് സൈദ് ഉറക്കെ ചൊല്ലാൻ തുടങ്ങി.

ആരൊരാളെൻ കുതിരയെ കെട്ടുവാൻ
ആരൊരാളതിൻ മാർഗം മുടക്കുവാൻ
ദിഗ്വിജയത്തിലെൻ സർഗ്ഗശക്തിയാ
മിക്കുതിരയെ വിട്ടയയ്ക്കുന്നു ഞാൻ.
വിശ്വസംസ്കാരവേദിയിൽ പുത്തനാം
അശ്വമേധം നടത്തുകയാണു ഞാൻ.

കവിതാലാപനം കേട്ട് അടുത്ത് വന്നവരിൽ ചിലർ മൊബൈലിൽ അത് പകർത്തുവാൻ തുടങ്ങി.

■